మా నాయన్నాకు సెప్పిన కతలు

(మొరుసునాడు పదాల పూల జల్లులు)

అశేరా

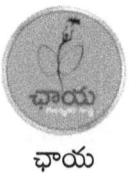

ఛాయ
హైదరాబాద్

MAA NAAYINNAAKU SEPPINA KATHALU

Stories

Author : ADAVALA SESHAGIRI RAYUDU

©Author

First Edition : DECEMBER, 2022

Copies : 500

Published By :
Chaaya Resources Centre
103, Haritha Apartments,
A-3, Madhuranagar,
HYDERABAD-500038
Ph: (040)-23742711
Mobile: +91-70931 65151
email: chaayaresourcescenter@gmail.com

Publication No.: CRC- 81

ISBN No. : 978-93-92968-41-9

Book Layout & Cover Design :
Ankush Grafix,
Nallakunta Hyderabad

For Copies:
All leading Book Shops
https:/amzn.to/3xPaeId
bit.ly/chaayabooks

మా నాయన గారాల సిన్న కూతురు పద్దక్కకూ
నయగారాల పెద్ద మన్వడు భాస్కర్రాయుడుకు

- అంకితమశేరా

మా తాతలు కొండల రాయుడు,
అప్పునప్ప గార్లు

మా నాయన అడవాల పెద్ద కొండప్ప
అమ్మ లక్ష్మీదేవమ్మ గార్లు

మా చిన్నాయన అడవాల చిన్న కొండప్ప,
పిన్నమ్మ అలివేలమ్మ గార్లు

మా మేనమామ
మాదవరం పెద్ద వెంకట్రాముడు,
అత్త అచ్చమ్మ గార్లు

విషయసూచిక

బతుకు నుడిలో కథలు

మాతృ, భాష అనే రెండు సంస్కృత పదాలను మనమీద రుద్ది దాన్నే తెలుగని ప్రచారం చేస్తున్నారు పండితులు. సాహిత్యం తల్లి గురించి ఉన్నంతగా తండ్రిని గురించి ప్రస్తావన లేదనే అపవాదూ ఉంది. ఆ రెంటినీ పూర్వపక్షం చేస్తో బతుకు నుడిలో చెప్పిన కథలివి. కుట్టు పని చేస్తో కాళ్ళ నొప్పులొస్తే నాయిన కోసం పెడల్ తొక్కుతున్న పిల్లాడికి నాయిన సెప్పిన కథలివి.

కథలంటే అమ్మమ్మ చెప్పిన కథలని కదా రాయాలి. కానీ, అశేరా "నాయిన్నాకు సెప్పిన కతలు" అంటున్నాడు. నాన్న అంటే భయపడాలని కదా ప్రచారం. "నాన్నొచ్చాకా చెప్పనా" అని నాన్నను భూచాడ్ని కదా చేసిందీ సమాజం. నాన్న అంటే కళ్లెర్రజేసీ కదా ఉండాలి. కాని, ఇక్కడ నాయిన కథలు చెప్తున్నాడు. బాల్యంలోనే బతుకును చెప్పాడు. చరిత్ర పట్ల ఉత్సుకతని ఆ కథల ద్వారా క్రియేట్ చేశాడు. బహుశా, నాయిన వేసిన కతల విత్తనం ఇవాల "అశేరా"ని INTACH (ఇండియన్ నేషనల్ ట్రస్ట్ ఫర్ ఆర్ట్స్ అండ్ కల్చరల్ హెరిటేజ్)లో చేరేలా చేసింది. అదే ఈ కథల్ని రాసేలా చేసింది. నాన్న చెప్పిన చిన్న కథ వెనుక కథనీ, చరిత్రనీ రాయించింది.

వీటన్నింటినీ నాయిన నుడిలో రాయడం. ఇందులో కుటుంబ, ప్రాంత సాంస్కృతిక హెరిటేజ్ ని నమోదు చేయడం అభినందనీయం.

- అరుణాంక్ లత

ఛాయ తరపున

ప్రజల జీవ నుడి

ఇది "అశేరా" అని పొట్టిగా మట్టగించిన అడవాల శేషగిరి రాయుడు సొంతంగా కల్పించి చేసిన రచన అయి ఉంటే శైలి, శిల్పం, నిర్మాణం, సామాజికస్పృహ... వగైరాల గురించి చెప్పవలసి వచ్చేది.

అయితే ఇది అతని బాల్యంలో తండ్రిద్వారా విని అతి జాగ్రత్తగా వారసత్వ సంపదకు మించిన ఆస్థిగా గుర్తించి భద్రపరచుకొన్న సాంస్కృతిక నిధి.

ఇటువంటి అనుభవాలు గతంలో గ్రామీణ జీవితాన్ని అనుభవించిన చాలా మందికి ఉండవచ్చు. అయినా అతి కొద్దిమంది మాత్రమే శేషగిరి రాయుడు లాగా గుర్తుంచుకొని అక్షరబద్ధం చేయగలరు.

నా చిన్నప్పుడు నేనుకూడా చాలా కథలు ఆ నోటా ఈ నోటా వినేవాడిని. కానీ అవన్నీ దేవుడు, దయ్యం, రాక్షసులు, ఋషులు వారి మహాత్మ్యాల వంటి అభూత కల్పనలతో విచిత్రంగా, నమ్మశక్యం కానివిగా ఉండేవి. అయితే రాయుడుకి వాళ్ల నాయన ఊహాతీతమైన సంఘటనలు, సన్నివేశాలు కాకుండా అతను జీవించిన కాలపు నగ్న సత్యాలను చెప్పి, కథనాల రూపంలో తన కుమారున్ని వెన్నంటే ఉన్నాడని పిస్తుంది. మనల్ని ఆ కాలానికి వెళ్లి వీక్షించేలా ఈ రచనలు అన్నీ చేస్తాయి.

ఇక ఈ పుస్తకంలో ముఖ్యంగా చెప్పవలసింది పదజాలం గురించే!!

ఆది కాలంలో మానవుల గుంపు తాము నివసించిన ప్రాంతపు వాతావరణం, తినే తిండి తాగే నీరు వంటి వాటిని బట్టి ఒక విధమైన శరీర నిర్మాణము, ఆ శరీరపు గొంతులోని ధ్వని తంత్రువుల శబ్దాలు ఏర్పడి ఉంటాయి. వారు అదే ప్రాంతంలో ఉన్నంతవరకూ వారు వ్యక్తీకరించే శబ్దాలలో మార్పురాదు.

అయితే కాలక్రమంలో మనిషి అన్వేషణల జీవి, ఆక్రమణల పరుడుగా మారి కొన్ని సమూహాలను తన వశానికి తెచ్చుకొని వాటి మీద తాను జన్మతహా అలవాటు చేసుకొన్న భాషనే రుద్దాడు.

ఈ పరంపరలో ప్రపంచంలోని అన్ని బలహీన మానవ సమూహాల శ్వాసలవంటి సహజ పదసంపద బలవంతుల ఇనుప కోరలకు చిక్కి ధ్వంసం కావడమో అంతరించి పోవడమో జరిగింది.... ఇప్పుడూ అదే విధానం జరుగుతూ ఉంది. అయితే ఆధునిక విజ్ఞాన శాస్త్రం "ఒక వస్తువు యొక్క రూపాన్ని మార్చవచ్చు కాని దాని ఉనికినే లేకుండా మాయం చేయడం అసాధ్యం" అని చెప్పినట్లు కొన్ని వేల సంవత్సరాల నుండీ అధికార వర్గాలు తమ పదజాలాన్ని స్థానిక జనబాహుళ్యం మీద బలవంతంగా రుద్దినప్పటికీ సహజ పదజాల మూలకాలు చదువురాని వర్గాల వారి పెదవుల మీద నిత్యం వాడుకగా నిలిచి పచ్చగా ప్రాణాలు నిలుపుకొంటూనే ఉన్నాయి.

ఇప్పుడు అస్తిత్వవాద నిరూపణ కాలం మొదలయ్యింది.

గతంలో లాగా "ఫలానా వారు దైవాంశ సంభూతులు. వారికే ప్రజల్ని పరిపాలించడానికి అర్హత ఉన్నది ఫలానాదే దైవ భాష. దానిని అందరూ తలకెత్తు కోవాలి. ఇతర భాషలు అన్నీ ఆ భాషనుండే పుట్టినాయి." వంటి అహంకార అశాస్త్రీయ సిద్ధాంతాల్ని ఎవ్వరూ నమ్మడం లేదు.

ఇక్కడ ఒక ఉదాహరణ చెప్పాలి. అలెక్స్ హేలీ అనే అతను ఆంగ్లంలో "రూట్స్" అనే పుస్తకం రాశాడు. అది "ఏడు తరాలు" అనే పుస్తకంగా తెలుగులో వచ్చింది. ఆఫ్రికా ఖండంలో ఒక మారుమూల కుగ్రామంలోని "కుంటా కింటే" అనే పదేళ్ల లోపు పిల్లవాడిని బానిసగా పట్టుకొని అమెరికాకు చేరుస్తారు.

అతనికి ఏ విధంగా అయినా ఎప్పుడో ఒకప్పుడు తన పుట్టిన ఊరికి చేరుకోవాలని పట్టుదల. పారిపోవడానికి ప్రయత్నిస్తే పాదాలు నరికి వేస్తారు. కాళ్లకు ఇనుప గొలుసులు వేసి పశువులాగా చేసి పనులు చేయిస్తారు. వయస్సు పైబడినా అతని సంకల్పం మారదు. అందుకే తన భార్యకు, పుట్టిన బిడ్డలకు తన గ్రామం పేరు, దానిని ఆనుకొని పారే చిన్న వంక పేరు, ఇంట్లో ప్రతి నిత్యం ఉపయోగించే కొన్ని పనిముట్ల పేర్లు చెప్పి వాటిని పుట్టబోయే తన వారసులకూ చెప్పాలని కాలమై పోతాడు.

ఆ కుంటే కింటే చెప్పిన స్థానిక పదజాలం ఏడు తరాల దాకా బదిలీ అవుతుంది. చివరికి ఏడో తరంలో పుట్టిన అలెక్స్ హేలీ అనే అతను ఎన్నో పరిశోధనలు చేసి చాలా చోట్ల తిరిగి చివరికి తమ వంశంవారి జన్మ స్థలాన్ని కనుగొంటాడు.

ప్రపంచంలోని అన్ని భాషలలోనికి అనువాదం చేయబడిన గొప్ప పుస్తకం ఇది. దీని ద్వారా మనకు తెలిసే నగ్న సత్యం ఏమిటంటే..."స్థానిక మమకారం". అదే ఇప్పుడు "లోకల్ గ్లోబల్" గా మార్పు చెందుతూ ఉంది.

ఒక నాడు నగరాల్లో "ఫైవ్ స్టార్ హొటెల్" "ఇంటర్ నేషనల్ హొటల్" వంటి పేర్లతో కనిపించేవి. ఇప్పుడు "పల్లె రుచులు" "అమ్మ చేతి తిండి" "మట్టి కుండలో వండింది" "రోటి పచ్చడి" వంటి సహజ గ్రామీణ పదాలను వెలికి తీసి వ్యాపారం చేసుకొనే స్థాయికి చేరడాన్ని గమనించగలరు.

గతంలో తెలుగు భాష ఒకే కుదురులో మొదలయ్యింది. జనాభా పెరగడము, దురాక్రమణల మూలంగా విభాగాలై పలు భాషల మూలాల వారితో పాలింపబడింది. ఈ క్రమంలో ఉచ్చారణలో తేడాలు వచ్చాయి, పరభాషల పదాలు చాలా చేరిపోయాయి. అయినా మనసు పెట్టి వెదికితే మూలకం ఒక్కటే అని తోస్తుంది.

ఉదాహరణకు మా హిందూపురం ప్రాంతంలో చిమ్మ చీకటిగా ఉన్న ఇంటిని "కత్తల గవ్వ" అని ప్రజలు వ్యవహరిస్తారు. ఇక్కడ "కత్తలు"అన్నది "చీకటి" అని అర్థం వచ్చే కన్నడ పదం. గుహ, గృహం అన్నది వాడుకలో "గవ్వగా" రూపం మార్చుకొంది. దానిని గమనించ గలిగితే పై పదాన్ని అన్ని ప్రాంతాల వారికీ అర్థం అయ్యే లాగా "(సీ)చీకటి కొంప" "(సి)చిమ్మ చీకటి

యిల్లు" అని చెప్పవచ్చు. అలా కాక ప్రజల వాడుక పదజాలం అని ఉన్నది ఉన్నట్లు రాస్తే ఇతర ప్రాంతాల వారికి అర్థం కాదు. "మాండలికం"(ప్రజల సహజ భాష) అంటేనే భయపడి పోతారు.

ఆ మధ్య నేను "కథల పోటీ" పెట్టాను. ఆ ప్రకటనలో "మీ ప్రాంతంలో గ్రామీణ ప్రజల వాడుక భాషలో రాస్తే మరీ మంచిది" అనే వాక్యాన్ని కూడా చేర్చడంతో మూడు తెలుగు ప్రాంతాల నుంచేకాక, కర్నాటక, తమిళనాడు నుంచికూడా రచనలు 70 దాకా వచ్చాయి.

నేను మామూలు పదజాలంతో వచ్చే వాటికన్నా తెలంగాణా, ఉత్తరాంధ్ర, నెల్లూరు, గుంటూరు, రాయలసీమ...ఆ యా ప్రాంతపు గ్రామీణుల నిత్య వ్యవహారాల నుడులతో రాసిన వాటినే ఇష్టంగా చదువుతాను. అటువంటి నేనే నాకు అందిన 70 కథల్లో దాదాపు 40 కథల్ని చదవలేక పోయానంటే రాసేవారికి పదాల మీద ఏమాత్రం అవగాహన ఉండడం లేదనే అర్థం చేసుకోవాలి!!

ఇక్కడ అడవాల శేషగిరి రాయుడు అటు వంటి తప్పులు ఎక్కువ చేయలేదు. అందుకే అన్ని ప్రాంతాల వారికీ ఇందులోని విషయం అర్థం అవుతుంది.

ప్రజలు తమ బతుకుల్ని, తమ శ్వాసవంటి పదజాలాన్నీ పరిపాలకుల జులుం ముందు పోగొట్టుకొన్నారు. కొందరు భయపడి. మరికొందరు తమదానికన్నా అదే గొప్పదని భావించి, అయినా ఒక స్థానిక విషయాన్ని చెప్పవలసి వస్తే ఆ ప్రాంతపు ప్రజల నిత్య వ్యహారంతోనే సాధ్యం. ఉదా...రాగి సంగటి, చప్పిడి నీళ్లు, పులగూర, అనుపబేడలు, పితకపప్పు, పిసికిళ్ళు, వగుడు, సగుడు... వంటి వాటికి సమాన పదాలు ఆయా ప్రాంతాల్లో తప్ప మరొక్క చోట దొరకవు. "ప్రజల వద్దకు పాలన" అంటే అన్ని చోట్లా ప్రజల భాగస్వామ్యం ఉండడమే అనికదా! జీవనోపాధికి అని, విదేశాలకు వెళ్లడానికి అని పర భాషల వైపు మొగ్గుతున్నట్లు కనిపించినా అది అంతా ఒక నాటక రంగంలో తన పాత్రకు రక్తి కట్టించడానికి నేర్చిన మాటలు, వేషం వంటిదే!! మట్టి అడుగున కనిపించని నీటి తడిలాగా ప్రతి వ్యక్తిలో అమ్మనుడులు, ఉండూరి భాషా యాసలూ అంటిపెట్టుకొనే ఉంటాయి.

చివరగా ఒక మాట. ఒక ప్రాంతపు పదజాలాన్ని "మాండలికం" అని ఎవరో భాషావేత్తలు, గతంలో నామకరణం చేశారు. నిజానికి ఒక మండలం (ప్రాంతం) అంతా ఒకే పదజాలం వాడుకలో ఉండదు. ఒకే గ్రామంలో కులాన్ని, మతాన్ని, చేసే వృత్తిని, చదువును, వయస్సును, లింగాన్ని బట్టి రోజూ ఉపయోగించే పదాల్లో తేడాలు ఉంటాయి. కాబట్టి ఆయా వర్గాలవారు వాటిని గమనించి తమ రచనల్లో ఉపయోగించి అపురూపమైన పద సంపద సమాజం నుండి అదృశ్యం కాకుండా కాపాడుకోవలసిన భాద్యత అశేరాలా ప్రతి రచయితదీనూ.

శేషగిరి రాయుడు ఎవరో? ఏ ఊరో నాకు తెలియదు. అయినా కేవలం ప్రజల వాడుక భాషే (మాండలికం) మా ఇద్దరినీ ముఖ పుస్తకం ద్వారా కలిపింది. ఆ పరిచయంతో వారి నాన్న నుడులకు నాలుగు మాటలు రాయించి తన పుస్తకంలో చోటు కలిపించినందుకు ధన్యవాదాలు.

సడ్లపల్లె చిదంబరరెడ్డి

తేది.30.11.2022.

"వెలుగు- చిగురు"

టీచర్స్ కాలనీ

హిందూపురం

సెల్.9440073636.

"పుట్ట తేనే రుచి నాలుకపై ఆడాలంటే పుట్ట చుట్టూ ఉన్న కష్టాలను ఎదుర్కోవాలి, కుట్టు ఈగల తట్టుకోవాలి అభిజాత్యపు మెట్టు దిగాలి"

ఎక్కడో చదివా..! నా పక్కాటెముకలను, నా సొగసైన ఈకలు లేని రెక్కలు..కాయకష్టం చేస్తూ ఆ కృతికమైన కమనీయపు పాట నుండి కాపాడాయని.భాష పుట్టడమనంటే అది లోతైన శ్రమ నుండి, శ్రమా వస్తు సముదాయం నుండి ప్రవిస్తున్న చెమట సుగంధం నుండి పుట్టే దోసుకోలేని సుసంపదని నమ్ముతాను.

శ్రామిక వృత్తుల నుండే పదసంపద చివురులేస్తూ కొత్త పుంతలు తొక్కుతుంది. శ్రమనెరుగని పండితులు దాన్ని సొంతం చేసుకున్నపుడది కృతికమై సోయాగాల పేర వత్రసుడులను పేర్చుకుని శ్రామికులు పలక లేని పదబందాలను చేర్చుకుని. పామరులకర్దం కాని భాష మాదని బీరంగ మెక్కుతుంది.

ఈ అడవాల శేషగిరి రాయుడు/అశేరా గారు నాకు చినమాయగా నేను చేసుకున్న పరిశయం. అలా అనడం కన్నా మామ అన్నట్టు ఒకే ఆత్మకు/ ఆలోచనకు రెండు దేహాలుగా మా అనుభవాలనూ, ఆలోచనలనూ పంచుకుంటూ ఈ కాలాన్నిలా సాగిపోతున్నాం.ఇదొక అనుభూతి, నేనొక సామాజిక విషయంపై ఓ మాట రాద్దామనుకునే లోపు ఫోను చేసి చర్చించడమో, లేదా ఒక రాత రాసేసి పోస్టుగా పెట్టేయడమో చేసే మా సినమాయ రాస్తున్న కథల సంపుటి. మా జీవితాలకు అతి దగ్గరగా ఉందని ఓపిగ్గా చదివితే అర్దమైంది.

ఇక భాష విషయనికి వస్తే. ఆధిపత్యుల భావజాలం కింద నలిగిపోతూ అంతరించడానికి చేరువవుతున్న పదబంధాలనూ, నుడికారాన్నీ అక్షరీకరించి గ్రంథస్తం చేయడం, భాషా చరిత్రను లిఖించి స్థిరీకరించడం కిందికే వస్తుంది. ఈ నుడికారాలకి అశేరా మాయ కొత్త ఉదయాన్ని మన కళ్లలో తెల్లారిస్తున్నాడీ కథలతో. భాషా చరిత్రలో ఈ మాటల/యాసల గరిక పూలకు ఒక పుటను లిఖించిన అశేరా మాయ ధన్యుడు.

ఎక్కడికక్కడ అంతమయ్యే ఎలుకలు తవ్వే మార్గాలు..చాలా వరకు వాటి బ్రతుకు తెరువులో వేటాడే శత్రువులను మోసగించే ఎత్తుగడలే. భాషలో నుడికారాలూ, యాసలూ అలాంటివే అనుకుంటా. ఆలాంటి నుడికారాలతో కథా నామాలను పెడుతూ రాసిన కథనాలు మొత్తంగా ఆ కాల జీవితపు పడికట్టు తూకాల్లానే ఉంటాయి.

రెండణాలు కట్టు
తిరగా మెట్టుతో కొట్టు

దీన్ని మామూలుగా చదివితే. ఏదో పదకట్టులా ఉన్నా. కథనం దీనిలోతును చూపెడుతుంది. తప్పు చేసిన వాడు పోలీసు అధికారైతే వాడిని తిట్టకూడదూ, తాక కూడదనే సాంఘిక నియమాన్ని ఒప్పుకుంటూనే తప్పు కట్టి మళ్లీ తప్పు చేస్తేనూ పోలీసైనా ఒప్పుకోను తప్పుకట్టి మళ్ళీ కొడతానని చెప్పడం. చలాకీగా ఉంది.

ఇక రాయలసీమ నీటి కష్టాలను వెలిబుచ్చే కథ, పెద్దయ్య సిదంబరరెడ్డి "మహాభినిష్క్రమణం" కథను జోడిస్తూ చేసిన భావన కళ్లెమ్మడి నీళ్లను కురిపిస్తుంది.

పుట్టను తవ్విరి పామును చంపిరి
కుటుంబాలన్నీ సెట్టు గుట్టపాలైరి

కథనమెలా ఉందంటే. దిష్టి బొమ్మలు వాటికి చుట్టేసిన వస్త్రాలు చీకిపోయినా మొక్క జొన్న పంటను కాపాడుతూ ఊళ పాటను గానం చేస్తాయే అలా. ఈ ప్రాంతీయ/మాండలీకపు పదజా వెన్న నుండి మరుగుతున్న నేతి పాటలే. అనిపిస్తాయి. రుచిగా.

ఎండిపోతున్న పంటను చూసి, ఒక కలుపు మొక్క ఏం మాటాడుతుందో నీటి చుక్కకు మాత్రమే తెలుస్తుంది ఇట్టాంటియి "ఇంగా స్యానా స్యానా సెప్పల్లనే వుంది గానీ యాల్నో మనసు బొలే బేజారై పోతాండాదప్పో" సినమాయ మాటల్లోనే.

నిజంగానే అశేరా మాయ అన్నట్టు..పుసుక్కున ఏడుస్తారు కానీ..సీమలో ఫ్యాక్షన్ అంటే అక్కడ కరువు, పోషకాల కూరగాయలు పండని గరపనేల తిండి దొరక్క రోగాలొచ్చి పీడలు పట్టి పీనుగ మీద పీను లేవడమే. రాజకీయపు ఫ్యాక్షన్ పోకడనిపిస్తుందా కథనం చదూతుంటే. రాయలసీమ బతుకుల మధ్యన విషాదపు కొండగాలిలా సాంస్కృతిక-రాజకీయపూ విషపు కదలికలే మనకు నిజమని ఒప్పిస్తాయి.

ఇక దయ్యాల సాత్రగ్యున్నిలో పూడ్చిన శవాల దుస్తితి. మళ్లీ తవ్వి వాటిపై మళ్లీ శవాలను పూడ్చే సాంప్రదాయంలో ఉన్న దిబ్బల ఇబ్బందిని. శీతల దేశ ఖనన విధానాన్నీ. మన ఉష్ణ దేశ విధానంతో విడమరుస్తూ, నూనే వత్తి నుండి కొవ్వు క్యాండీల్స్‌తో సరిపోల్చుతూ చాలా చక్కగా కథనం కట్టారు.

ఇక ఉమ్మడి కుటుంబాలు విచ్ఛిన్నమవుతున్న ఆ కాలపు మనిషి మానసిక పోకడలను ఒక నలభై యాభై యేళ్ల కాలం నాటి మధ్యతరగతి బతుకుల్లో సంఘర్షణలను చరిత్రీకరిస్తూ... ఎంతో హృద్యంగా ఇంకా చమత్కారంగా, భాషా నుడికారాన్ని పోగు చేసుకుంటూ చదివేలా చేసారు. అశేరా సినమాయ.ఆ కథను

అరువుల ఇల్యా మల్లక్క తిరుపం ముద్దల బంగారక్కలో ఇంకా చెప్పాలి. నేను చెప్పాల్చినంత విపులంగా చెప్పాను. ఇక్కడ సామాజికంగా చనిపోయిన మృత మానసికాలు. మనసు లేక వికారమైన చెవులున్న వారూ.తమ చెవుల్లో వినిపించే పరిశుభ్ర పద ఝుంకారాన్ని పాతిపెడితేనే ఈ సాహిత్యపు మాధుర్యపు రుచి తలకెక్కుతుంది.

తిక్త

POTHURAJU. PERIKALA
Assistant General Manager BSNL

Vijayawada-10, 03-12-2022

మన(సు)లో మాట

మంచి చదువరిని, నా తోటి విద్యార్థులకు, పిల్లలకు ఆసక్తికరంగా వాళ్ల చెవులు వాళ్లే కోసుకునేలా కథలు చెప్పే నేను, ఏడో తరగతి నుండి పదో తరగతి వరకూ ఓ మోస్తరు చిన్న కవితలు కథలు అల్లేవాడిని, ఇంటర్మీడియెట్లో హిందీ మీద లవ్వుతో తెలుగు పక్కన పడేసి తప్పు చేసానేమో అని ఇప్పటికీ ఒక్కోసారి నాకనిపిస్తూ వుంటుంది.

కానీ ఇంటర్ సెకెండియర్లోనే మా నాన్న చేతిని నా తలపై నుండి పోగొట్టుకున్న నేను, అప్పటి నుండి నా జీవితాన్ని నిలబెట్టుకోవడానికై నానా ప్రయత్నాలు చేస్తూ అనుకోకుండా 1990లో సంగీతంలో పడ్డ నేను అందులోని మనువాద సాహిత్యమే తప్ప ప్రపంచ మనుగడకు కావల్సిన పుస్తకాలు దాదాపూ ఇరవై యేళ్ళు వాసనైనా చూసుంటే ఒట్టు,

కాకపోతే చరిత్ర మీద విపరీతమైన ఆసక్తితో, ఆర్కియాలజీ మ్యూజియం అధికారి విజయకుమార్ జాదవ్ గారి సారథ్యంలో ఇంటాక్ - (ఇండియన్) నేషనల్ ట్రస్ట్ ఫార్ ఆర్ట్స్ అండ్ కల్చరల్ హెరిటేజ్ - భారతీయ పురాతన కళలు సంస్కృతి వారసత్వ పరంపర పరిరక్షణ సంస్థలో జీవిత సభ్యుడిగా చేరి వీలైనంత మేరా రాయల సీమ చారిత్రక ప్రదేశాలను సందర్శించి, మౌఖికంగా చరిత్ర తీరుతెన్నుల పట్ల కొంత అవగాహన సంపాదించానని చెప్పాలి.

ఇదే క్రమంలో మా భందు మిత్రులు ఎక్కువగా హిందూపురం మడకశిర మరియు కర్ణాటకలోని పావగడ బాగేపల్లి చిక్కబళ్ళాపుర కోలారు కేజీయఫ్ శ్రీనివాసపురం అలాగే బళ్ళారీ హొసపేట గంగావతి తదితర ప్రాంతాల్లో వుండడంతో, మద్రాసు తంజావూరులాంటి తమిళ ప్రాంతాల్లో సైతం నే చేసిన పర్యటనల్లో నేను గమనించిన అక్కడి భాషా వైదుష్యం పదాల విరుపులు మాండలికాల సొబగులు నా మెదడులో ఏ మూలో ఓ చోట నిక్షిప్తమై నిలచి పోయినట్టున్నాయి.

నిజానికి కర్ణాటకా బోర్డర్లో వున్న హిందూపురం మడకశిరల్లో ఉపయోగించే మాండలికంలో కొంత వైరుధ్యం వున్నప్పటికీ, కర్ణాటకలోని బళ్ళారి హొస్పేట గంగావతి తుంకూరు పావగడ అలాగే వీటిని ఆనుకొని వున్న అనంత జిల్లాలోని కళ్యాణదుర్గం రాయదుర్గం ప్రాంతాల్లో సైతం తెలుగు కన్నడల కలగలపుల మిశ్రమ మాండలికం నన్నెంతో ఆశ్చర్యపర్చేది,

ఇక బాగేపల్లి చిక్కబళ్ళాపురలోని మాండలికం అచ్చు ఇలాగే వున్నప్పటికీ కోలార్ కేజీయఫ్ శ్రీనివాసపురం తెలుగు తమిళ కన్నడ మిశ్రమాలతో ఆ మాండలికం ఎంతో మాధుర్యంగా తోచేది. మద్రాసు తంజావూరుల తెలుగు మాండలికం ఈ ప్రాంతాన్నే కొంత పోలివుండడం నాలో మిగుల ఆసక్తి రేపిందనే చెప్పాలి.

చారిత్రక పరంగా ఈ ప్రాంతమంతా హంపీ విజయనగర సామ్రాజ్యం ఏలుబడిలో పదహైదో శతాబ్దం నుండి పద్దెనిమిదో శతాబ్దం వరకూ కొనసాగిన ఫలితమేమో ఇదని భావించవచ్చేమో. ఇక లిపి విషయంగా చూస్తే వీరి పాలనలో తెలుగు కన్నడలకు భాషలు వేరైనా లిపి మాత్రం హళే కన్నడలో అనేక శాసనాలు ఈ ప్రాంతంలో వుండి నన్ను పరిశోధనకు మరింత ఉసిగొలిపినట్లే వున్నాయి.

పదిహేడు పద్దెనిమిది శతాబ్దంలో ఈ తెలుగు కన్నడ లిపిలు వేరుబడి వేటికవి వర్ణమాలలుగా విడిపోయినప్పటికీ వీటికి భాషా సౌందర్యం వన్నె తగ్గలేదనే చెప్పాలి. కాకపోతే అత్యంత విచారకరమైన అంశమేమంటే తెలుగులో డుమువులు ప్రథమా విభక్తులై తెలుగును సంస్కృత భూయిష్టంగా నాశనం చేసి కచటతప గజడదబలకు, ఖఛఠథఫ ఘఝఢధభలు తోడై తెలుగు భాషా పద సంపదను నాశనం చేసిందనే నాకనిపిస్తోంది.

ఈ విషయంలో కన్నడ మళయాలాలు కూడా తక్కువ తిన్లేదనే నేను భావిస్తున్నాను, ప్రత్యేకించి కన్నడలో వచ్చే హ'కార ళ'కారాలన్నీ సంస్కృత పదాలే వుండడం గమనార్హం. ఈ విషయంలో అరవ భాష సంస్కృతాన్ని తక్కువగా వాడుకొని అత్యంత జాగ్రత్తగా తన పద సంపదను భాషా వైభవాన్ని కాపాడుకుందనే నాకనిపిస్తోంది. ఇక దక్షిణాది భాషల్లోని అనేక తత్సమాన పదాల్ని పరిశీలిస్తే ఒక్కపుడు ప్రాకృతమో లేకుంటే మరో ఏక ద్రవిడ మూల భాషో ఈ దక్షిణాది భాషలన్నిటికీ తల్లిగా జన్మనిచ్చిందేమో అని నేను భావిస్తున్నాను.

ఏదేమైనప్పటికీ నా పరిశోధనలో సత్యాసత్యాలు ఏ పాటివో తెలియ నప్పటికీ పైన నేను వుదహరించిన ప్రాంతాలన్నింటిలోనూ మాట్లాడే మాండ లికంలో విరివిగా అనేక పదాల సారూప్యత సామీప్యత వుండడం కూడా నేనీ నిర్ణయానికి రావడానికి గల కారణమని చెప్పొచ్చు.

వాస్తవానికి ఈ మాండలికాలకి శత్రువులు యెవరంటే ముందుగా కోస్తా వైపు సాహిత్యం, ప్రభుత్వ తెలుగు పాఠ్యాంశాల విభాగం మరియు సినిమాలని నేను నిస్సందేహంగా చెప్తాను, కోస్తా వైపు సాహిత్యం తెలుగు ఇలాగే వుండాలి అనే భ్రమల్లోకి నెట్టేస్తే తెలుగు పాఠ్యాంశ విభాగం మాతృ భాష పేర విద్యార్థుల్లో క్లిష్టతరమైన బట్టీ పద్ధతికి బీజమేస్తే, ఇక సినిమాలు తెలంగాణా యాసను కామెడీగా సినిమాల్లో చిత్రీకరించి, ఆంధ్రా విభజన వేరు కుంపటికి సగం కారణం వీళ్లే అయ్యారనే నేను ముమ్మాటికీ భావిస్తాను, ఇప్పుడు వీరి దృష్టి రాయల సీమ మీద పడింది, వీరి పుణ్యానైనా ప్రత్యేక రాయల సీమ ఏర్పాటైతే నా మట్టుకు నేను చాలా సంతోషిస్తాను, ఇక నాకు మాండలికంలో కథా రచన చేయాలని ఎందుకు అనిపించిందంటే? నాకో రిటైర్డ్ పెద్దాయన శిష్యుడిగా వుండేవాడు, ఆ క్రమంలో ఓసారి ఆయన తన అనుభవాన్ని చెప్తూ, వారి నాన్న గారి వుద్యోగ రీత్యా విజయవాడకు బదిలీ కావడంతో అక్కడి స్కూలుకి వెళ్ళిన రెండో రోజు తెలుగు అయ్యవారు ఈ అబ్బాయిని పైకి లేపి 'ఏంట్రా అబ్బాయ్ నిన్న చెప్పిన పద్యం నేర్చుకున్నావట్రా' అని అడిగాడట. అందుకీ అబ్బాయి తన రాయలసీమ యాసలో 'వచ్చింది సార్' అన్నాడట.

అందుకా అయ్యవారు కళ్ళెర్ర జేసి 'ఏం కూసావురా మళ్లీ కూయరా' అన్నాడట, అందుకా అబ్బాయి మరోసారి 'వచ్చింది సార్' అన్నాడట, అంతే

ఈ అయ్యావారు ఆ అబ్బాయిని తల జుట్టు పట్టుకొని వంచి వీపు మీద దభీ దభీమని బాదుతూ 'ఎక్కడి దాకా వచ్చిందిరా గేటు దాకా వచ్చిందా వాకిలి దాకా వచ్చిందా మీ ఇంటి దాకా వచ్చిందా మా ఇంటి దాకా ఒచ్చిందా' అంటూ చావ బాదుతుంటే ప్రక్కనున్న పిల్లలు 'మాష్టరు గారండీ ఆ అబ్బాయి రాయల సీమ నుండి నిన్ననే వచ్చేడండీ' అని చెప్పారట. దాంతో కొంత శాంతించిన ఆయన 'ఏం మాట్లాడ్డంరా అది మరీ అంత నీచంగా..... అక్కడందరూ అంతేనట్రా! వచ్చింది కాదు నేర్చుకున్నానండీ అప్పజెప్పగలనండీ మాష్టరు గారూ అని పలకాలి అర్థమైందా' అంటూ కూర్చోబెట్టాడుట.

ఇది విన్న తర్వాత నాకెందుకే చాలా భాదనిపించింది, నాలో ఎన్ని ప్రశ్నలు రేపింది, నాలో ఓ కథకున్ని ప్రత్యేకించి మాండలిక శైలిని నిద్రలేపింది. మెల్లిగా నేను తిరిగిన మొరుసునాడు ప్రాంతంలోని ఒక్కో పదాన్ని వాటి విరుపుల్ని గుర్తు చేసుకోవడం ప్రారంభించాను. 2011లో అనంతలో సాహితీ స్రవంతి వారి ఆధ్వర్యంలో జరిపిన కథల ఫోటీకి మొట్టమొదటగా మాండలికంలో 'మూలిగే నక్కపై' అనే కథ వ్రాసి పంపిస్తే దానికి ద్వితీయ బహుమతి లభించింది. దాన్నే తర్వాత ఇక్కడ ఓ స్థానిక పత్రికలో కూడా అచ్చేయడంతో నాపై నాకు కొంత నమ్మకం చేకూరినప్పటికీ, పూర్తి స్థాయిలో రాయడం మాత్రం ఫేస్ బుక్ ప్రవేశంతోనే మొదలయ్యిందని చెప్పచ్చు.

ముప్ఫైయేళ్ళుగా రామాయణ మహాభారత భాగవత శివపురాణ వేద పరిష్వాంగాల సాహిత్యాల వాటి ప్రక్షిప్తాల తామర తంపరల రచనల వెల్లువలో కొట్టుకుపోయి, చక్రవాకంలో పడ్డ వాడిలా విలవిలలాడుతున్న నన్ను? రాహుల్ సాంకృత్యాయన్ రచన ఓల్గా నుండి గంగకు నన్ను ఆపాదమస్తకం వాస్తవాల ఒడ్డున పడేస్తే, తన చిత్తూరు యాస మాండలికంతో సంచలనం సృష్టించిన నామినీ సుబ్రమణ్యం నన్ను ప్రేరేపిస్తే, నేను ప్రేమగా పెద్దయ్యోరో అని పిల్చుకునే హిందూపురం మాండలిక మాంత్రికుడు మా సడ్లపల్లె చిదంబర రెడ్డి రచన బతుకు వెతుకులాట మీరూ కనిపిస్తారు ఏదో ఒక చోట నన్ను కదిలిస్తే, మిత్రుడు ఇండస్ మార్టిన్ కోస్తాలో రెండు ప్రాంతాల్లో మాత్రమే మాట్లాడే వారి భాషాధిక్యాన్ని ధిక్కరిస్తూ తన వాడలో మాట్లాడే సుమధుర మనోహరమైన అసలైన తేట తెనుగు మాండలికంతో కటికపూల వనంలో నన్ను పడేసి అగ్నికి ఆజ్యం పోస్తే, శిష్య మిత్రుడు సిద్ధార్థి సుభాష్ చంద్రబోస్

బహుజన వాదంతో వ్రాయాల్సిన ఆవశ్యకతని గుర్తు చేసి మరీ నన్ను కార్యోన్ముఖున్ని గావిస్తే, ఆ భావపరంపరలో నుండి పుట్టుకొచ్చినవే మా నాయిన్నాకు సెప్పిన కతలకు ఉపయోగించిన మొరుసునాడు మాండలికం...!

నిజానికి బాల్యంలో ప్రతి ఒక్కరూ వారి పెద్దల ద్వారా ఏదో ఒక కథలు వినే వుంటారు, అవెక్కువగా అమ్మ చెప్పినవో అవ్వ చెప్పినవో తాత చెప్పినవో ఇలా వుంటాయన్న సంగతి అందరికీ తెలిసిందే, బహుశా నాన్న చెప్పిన కథలుగా ఇలా పుస్తకం తెచ్చింది ఇదే మొదటిదో లేక ఇంతకు ముందెవరైనా వున్నారో లేదో నాకు తెలీదు, బహుశా మా నాయిన్ని నేను నా కౌమారంలోనే కోల్పోయి తండ్రి లేని పిల్లాడిగా ఈ సమాజంలో ఆర్థికంగా నన్ను నేను నిలబెట్టుకునే క్రమంలో నేనెదుర్కొన్న సాధక భాదకాలు నన్నిలా ప్రేరేపించి వుండొచ్చని నేను భావిస్తున్నాను.

ఇక మరీ ముఖ్యంగా పాఠకులకు నేను విన్నవించుకునేదేమంటే? దయచేసి అన్ని కథల నడకల్లాగే నా కథలని బేరీజు వేసి చదవకండి! ఎందుకంటే అందరు కథకులు అనుసరించే నిర్దిష్టమైన ఓ పద్దతంటూ నేనసలు పాటించినట్లే లేననే నేను నమ్ముతున్నాను, ఒకవేళ అలా పాటించి వ్రాసి వుంటే మా నాయిన్నాకు చెప్పిన కతల్లో కత మాత్రమే వుండేది తప్ప, ప్రముఖ చారిత్రకకారుడు విజయకుమార్ జాదవ్ గారు నాకు నేర్పించిన చరిత్రని విశ్లేషించుకునే పద్దతి, ఒక విషయాన్ని క్రమ పద్దతిలో పేర్చుకునే పద్దతి, రాహుల్ సాంకృత్యాయన్ గారి అమేయ విశ్లేషణా ధోరణీ, అలెక్స్ హేలే రూట్స్ ఏడు తరాల్లోని పాత్రల చుట్టూ తిరిగే ప్రపంచ చారిత్రక గతి ప్రభావశీలత నా కథల శైలిపై పడిండేది కాదేమో బహుశా...

అందుకే మా నాయిన్నాకు చెప్పిన కతల్లో కేవలం కథకి మాత్రమే నేను పరిమితమై పోకుండా, ఆ కథ ఏ వూరిలో జరిగింది ఎప్పుడు జరిగింది ఆ వూరి చరిత్రేంటి ఆ వూరిలో కథా కాలానికి అప్పటి ప్రజల స్థితిగతులేంటి ఆ కథ అలా ముగిసిపోవడానికి కారణాలేంటి ప్రస్తుత కాలంతో అప్పటి కాలానికి సమన్వయం చేసుకొని పరిస్థితుల్ని పోల్చుకొని కారణాల్ని విశ్లేషించుకొని అప్పటి నుండి ఇప్పటి వరకూ స్థితిగతుల్లో ఏమైనా మార్పులొచ్చాయా లేవా తదితర అంశాలను వీలైనంత క్లుప్తంగా కథని చారిత్రీకరించే క్రమంలో...

కథా గమనానికై వాస్తవాల పరిశీలనకై ఆ కథలోని ప్రదేశాలకు స్వయంగా వెళ్ళాను, సత్యాసత్యాన్వేషనా క్రమంలో అక్కడి ప్రజలతో మరీ ముఖ్యంగా కాస్తంత వయసు పైబడ్డ వారితో మమేకమయ్యాను, వీటన్నిటి ప్రభావం నా కథానుశైలిలో అమరిపోవడం వల్ల బహుశా నా ఈ కథల్లో పెద్ద పీట చరిత్రకే వేసానన్నది నిర్వివాదాంశం.

దానాలు కేవలం తమకు మాత్రమే అందాలని తాటాకుల్లో వ్రాసుకొని ఘంటాలు పట్టిన చేతులు దానాలిచ్చిన వాడి కీర్తిని ప్రస్తుతించిన ఈ దేశపు సనాతన సంప్రదాయాన్ని కాలదన్ని? నేను సామాన్యుల జీవితాల్లో నుండి చరిత్రని వెలికి తీసే క్రమంలో ఓ ఔత్సాహిక చరిత్రకారునిగా విశ్లేషకునిగా పరిశీలకునిగా రాబోయే తరాలకు నా వెనకటి రెండు తరాల చరిత్రనిలా కథల రూపంలో నిక్షిప్తం చేయడంలో నేనెంత వరకూ విజయం సాధించానన్నదిక మీరే చెప్పాలి!

ఈ పుస్తకాన్ని లే అవుట్, కవర్ డిజైనింగ్ చేసిన అంకుష్ గ్రాఫిక్స్ వారికి, ప్రచురించిన 'ఛాయ'కి, ముందు మాటలు రాసిన మా పెద్దయ్యోరు సడ్లపల్లె సిదంబర్రెడ్డికీ, మా తిక్కాల్లుడు పోతురాజు పెరికలకూ కోటి కోటి నెనరులతో...

- అశేరా

మా నాయిన పేరు పెద్ద కొండప్ప...

అబ్బే మంచి పేరు పెట్టుకోవడానికి మా నాయినేమన్నా పెద్ద కులాల్లో పెట్టి పుట్టీండాడా! భలేవాల్లే... మా తాత పేరు కొండ(్రా)యుడు, మా పెదతాత పేరు అప్పనప్ప, మా సిన్నాయన పేరు సిన్న కొండప్ప మా నాయిన సెల్లెల్ల పేర్లు పెద్ద కొండమ్మ సిన్న కొండమ్మ. ఇదంతా నేనిప్పుడ్యాల సెప్తాన్నానంటే, మా ఇంటి దేవుడు అనంతపుర్మ సెరువుకి అవతలున్న దేవర కొండ పైనుండే గవిలో వుండే కొండమీద రాయుడంట లేండి. అందుకే మా ఇండ్లలో వుండే అందరి పేర్ల లోనూ ఇట్లా కొండలు దిగేసిండారు.

మాకు మాయమ్మ తరపున భందుగులే కానీ మా నాయిన తరుపు సుట్టపాతలు స్యానా స్యానా తక్కువుండ్రి. వాల్లు కూడా మా అనంతపుర్మ సెర్లోకి పారే పండమేరు కాడుండే ఓ రాయిని పండమేటి రాయుడని మొక్కుతాండ్రి. ఇంగ మా అనంతపుర్మ గురించి సెప్పల్లంటే మీకు తెలీన్దేముంది, మాన్నబావులు అప్పుడెప్పుడో పదహైదో శతాబ్దంలో అరి అర్రాయలు బుక్రాయలోరి కాలంలో చిక్కన్న ఒడయరు సేతికింద కట్టిచ్చిన సెరువులీడ వున్నాయి గాబట్టే మాకంతో ఇంతో మనుగడ, ఆ సెరువులు నిండితేనే జీవనం, ఆ సెరువుల్లోకి నీల్లు రావల్లంటే ఇందూపురం పైనున్న కర్నాటకలో వానలు ఇరగ్గురిసి సిత్రావతీ పీనుగుల పెన్నా ఇంకా సిన్నా సితకా ఏర్లు పారితేనే మా సెరువులకు నీళ్ళు మా కడుపులకింత రాగి సంగటి దిక్కు.

మా ఇంటి పేరు అడవాల!? ఈ ఇంటీ పేరు వున్నోల్లంతా దాదాపూ అనంతపురం జిల్లాలో చెరువులున్న చోటే వుండడం ఓ విశేషం. మాలాంటి ఇంటి పేరున్నోల్లే అడపా వాల్లని అడపాల వాల్లని అడబాల వాల్లని ఆంధ్ర రాష్ట్రమే కాదు తెలంగాణా కర్నాటకము తమిళనాడుల్లో గుడకా యాడ సూడూ వున్నెప్పటికీ, తొట్ట తొలుత యీల్ల ఆవిర్భావం హంపీ యిజయ నగర సామ్రాజ్యంలోనే మొదలైనట్లు వున్నాదప్పో. నిజానికి బాగా గమనిత్తే శూద్దర జనాల ఇంటి పేర్లన్నీ గుడకా ఆల్లు అంతకు మునుపు కాపురముండి వదిలేసొచ్చిన వూర్ల పేర్లో ల్యాకుంటే వాల్లు చేసిండే వృత్తిని బట్టో వస్తాయని అందరికీ తెలిసిందే గదా.

అంతకు మునుపు ఈల్లు యాడాడ తిరిగిండారో యేమో గానీ అడపా వారిగా హంపీ యిజయ నగరం నుండి బయలుదేరిన వీల్లు కాలక్రమంలో యాటాటికో యెల్లిపొయ్యి మొదట తెలుగు ప్రాంతాల్లో అడుగు పెట్టీ పెట్టంగానే డుముపులు ఇతర బాషల్లోని పదాలకు తగుల్కొని తెలుగైనట్టు? అడపాకు ల'కారం తగులుకొని అడపాల గానూ, అలాగే వీల్లు వెల్లిన ప్రాంతాల్లో ప' వ గా పలకడంతో అడవాల వారి గానూ, అట్నే వ' బ గా పలికే క్రమంలో అడబాల వాల్లు గానూ ఇలా నాలుగు దిక్కులుకూ నలుగురిగా చెల్లా చెదురై పొయినట్లున్నారు.

ఉదాగరనకి గమనిత్తే కడప ప్రాంతాల్లో ప ను బ గా పలికే క్రమంలో వీరపల్లి కాస్తా వీరబల్లి ఐనట్టు, అట్లనే కదిరి ప్రాంతాల్లో వ బ గా మారే క్రమంలో వేట రాయుడు కాస్తా బేటరాయుడై బేత్రాయుడు గావడం గమనం సెయ్యండి. ఇక అడపా అంటే హటఃపాలకః అనే సంసుకురుతము నుండి పుట్టిందంట. అంటే రాజుకు వంటలు చేసేవాల్లు ల్యాకుంటే తాంబూలం అందించే వాల్లని అర్థమంట. మరీల్లంతా ఆడ ఈడా రకరకాల పన్లు సేసుకుంటా యాడాడి నుండో మా తాతలు అప్పనప్ప, కొండప్రాయుడు కాలానికి రాయల సీమ లోని అనంతపుర్మ జిల్లా రొద్దం, మడకశిరల్లో సేరుకున్నారు.

మా తాత కొండప్రాయుడు బ్రిటీషోల్ల దగ్గర రెవెన్యూ శాఖలో దఫేదారుగా (పోలీసులనప్పుడు రెవెన్యూ శాఖలోనే వుంచేవారు స్వాతంత్రానంతరం దాన్ని

రెవెన్యూ నుండి విడదీసారని గమనించగలరు) పని చేస్తాండనంట. ఈయప్ప స్యానా స్యానా ధైర్యచ్చుడని ఆయప్పతో పాటూ పనిచేసిన ఫకురుద్దీన్ అని ఓ ముసల్యాప్ప నేను ఇంటర్మీడియెట్టు సదివేతప్పుడు నన్ను కూలేస్కొని మరీ సెప్తాండ్య. మా తాత రొద్దంలోనే కాకుండా అమరాపురం కుందుర్పి ఇంగా వజ్రకరూరులో గుడకా వుద్యోగం సేసిండాడంట. వజ్రకరూరులో ఆయప్పకోతూరి ఎనుము గొడ్డు కాలి గిట్టల్లో పెదింత లావు వజ్జరం ఇరుక్కొని కనిపిత్తే తీసుకొని! అప్పట్లోనే ఇరవై ఐదు రూపాయలకు ఇచ్చేసి పూటుగా తాగినాడని ఆ ఫక్కురుద్దీన్ అనే ఆయప్ప సెప్తాండ్య.

ఇంగ మా పెద్దతాత గుడకా ఇంగ్లీషోల్ల తాలూకాఫీసులోనే బిళ్ళ బంట్రోతుగా వుండేవాడంట. ఆయప్పకొకటే ఒక కూతురున్నింట, ఇప్పుడు ఆల్లేమై పొయినారో నాకైతే పెద్దగా తెలీదు. ఇంగ మా తాత కొండ్రాయుడుకి ఇద్దరు కొడుకులు ఇద్దరు కూతుర్లు. మా నాయిన మొదటోడు స్యానా మొండోడు మొరటోడు గుడానప్పో. కాకపోతే మాయవ్వ మా నాయిన సిన్నప్పుడే సచ్చిపోతే తమ్ముల్లను సెల్లెల్లను మా నాయినే సంకనేసుకొని సాకినాడంట. అప్పట్లోనే అంటే బ్రిటీషోల్లింకా మనల్ని ఏలే కాలంలోనే మా నాయిన ఏడో తరగతి వరకూ సదివిండాడంట. పిలిసి పిల్లనిస్తాం రా అంటే పిల్లకు పల్లెత్తుగా వున్నాయన్నట్లు మా నాయిన్కి బ్రిటీషోల్లు ఇన్స్పెక్టర్ పోస్టిత్తామంటే, స్వాతంత్రోద్యమం అంటూ మీరొద్దూ మీ వుద్యోగం ఒద్దు పోండని సెప్పిండాడంట.

నిజానికి మా నాయినతో నేను గడిపిందేది బాల్యం మాత్రమే, అదిగో ఇదిగో అని నూనూగు మీసాలొచ్చే సమియానికి మా నాయినకు పచ్చవాతమొచ్చి రెండేడ్లు మంచం మీదే వుండి సచ్చిపాయ. నేనప్పుడు ఇంటర్మీడియెట్టు సదువుతాంటి, నా సదువు ఆ పొద్దుతో సంక నాకిపాయ. మా నాయినికి మేము తొమ్మిది మంది పుట్టిండాము. పెండ్లి సమియానికి మా నాయినకు పదహైదు పదారేళ్ళు, మాయమ్మకు పదమూడు పద్నాలు గేళ్ళున్నంట. మా అమ్మా నాయినికి తిరగా సంవత్సరానికే మా పెద్దన్న పుట్నాడంట! మా పెద్దన్నకు నాకు కరెక్టుగా ఇరవై ఐదేండ్లు వారా వుండాది. మా నాయినతో బాగా బుద్దొచ్చినప్పుడు గడిపిందేది తక్కువ కదా అందుకే మా నాయిన మాయమ్మ కంటే ఎక్కువ గుర్తొస్తాంటాడు నాకు.

ఇంగ మా నాయిన ఇంగ్లీషుగానీ తెలుగ్గానీ రాస్తే అక్షరాలు ప్రింటేసినట్ల వుండేవంటే నమ్మండి. మా నాయన ఇంటి కాడికి యా భాషలో మాట్లాడే వాళ్లొత్తే ఆ భాషలో వాళ్లే కిర్లక పొయ్యేతట్ల మాట్లాడతాండ్య. ఇంగ మా నాయిన రెండున్నర శృతిలో పద్దెం అందుకుంటే సుట్టూ వుండే జనాలు అడిగడిగి మరీ పాడిచ్చుకుంటాండ్రి. మీకింకో సంగతి చెప్పల్ల, మా నాయన సిన్నప్పుడు లోహితాస్యుడిగా అరిచ్చెంద్రుడు నాటికలో వేమూరి గగ్గయ్య కన్నాంబలతో నాటకాలు గుడకా ఆడిండాడంట.

మాకున్న ఆస్తులన్నీ కరిగి పొయినంకా. మాయమ్మ అన్నోల్లుండే చలమయ్యగారి పల్లికి దగ్గరుండాదని గోరంట్లలో కొన్నాల్లు కాపురం యెలగబెట్టి, ఇట్లైతే అయ్యే పని గాదు అనుకున్నాడో యేమో గానీ? గోరంట్లలో కరువుకి తట్టుకోల్యాక, అప్పటికి ఆయప్పకుండే సెడ్డలవాట్లన్నీ యిడ్సిపెట్టి ఇంత పెద్ద మందను తోలుకొని మా నాయిన అనంతపుర్మొచ్చి కాయగూరల వీధిలో ఓ సిన్నిల్లు తీసుకుని కాపురం పెట్నాడు.

నేనీడనే అనంతపురంలోనే పుట్టిండాను. మా నాయిన అప్పట్లో జీ.యమ్.యస్ అనే పోలీసులకు బట్టలు కుట్టేవాల్ల షాపులో కట్టర్ గా కొంతకాలం పనిచేసి, తర్వాత ఓ కుట్టు మిషను కొనుక్కోని ఇంటి కాడనే లేడీస్ టైలర్ గా పనిచేసి మమ్మల్నందర్నీ సాకి సంరక్షించిండాడు. మమ్మల్నా వీధిలో అందరూ గోరొంట్లోల్లని పిలుస్తాండ్రి. ఇంగ మా నాయిన పనితనం గురించి చెప్పల్లంటే, మా నాయిన కుట్టిన జాకెట్టేసుకున్న ఆడోళ్ళింక మల్లీ ఇంగొగరు ఎవిరి తావకే గానీ జాకెట్లు కుట్టించుకునేకి పొయ్యోటోళ్ళే కాదు.

ఒకే ఒక పైన సౌడు వేసిన గది ముందరో వారపాకున్న ఆ ఇంట్లో ఆరో తరగతిదంకా గడచిన నా బాల్యం నాకిప్పటికీ కండ్ల ముందరే కనిపిస్తాండాది. అప్పట్లో నా సిన్నప్పుడు బాగానే వానలు పడేవి. నా సిన్నప్పుడు ఓతూరి మా అనంతపుర్మ్మ సెరువుకు గండి కూడా పడిండాది తెల్సా. ఎన్నిసార్లు మరవ పారిందో అప్పుడు ఆడుండే ఆడోల్లంతా గంగమ్మకు టెంకాయలు కొట్టి ఎన్ని పూజలు సేసి ఆ కొబ్బరి ముక్కలు మాకు పెట్టిండారో, ఆ సెరువు నీళ్ళతో మా అనంతపుర్మ్మ సెన్నకేశవ సామి గుడి దాటినంకా వుండే భూముల్లో ఆడ నుండి శింగనమల ఇవతలి దాకా పచ్చగా రాగి సేన్లు కళకళలాడ్తా వుండేది ఇప్పుడు గుడకా నా కళ్ళ ముందర కదలాడతానే వుంది.

మా కాయగూర్ల గేరి దాటినంకా మాలా మాదిగ్గేరి ఇంకొంచెం ఇవతలికి సెరువు కట్టకి ఆనుకొని బెస్తోల్లుండేవాల్లు, వాల్లు పడవలు నడిపిండేది నేన్యాపొద్దూ సూల్యా కానీ! కట్ట మీద నుండే ల్యాకుంటే మొల లోతు సెరువు నీళ్ళలోకి దిగి యిసురుడు వలేసి వాల్లు స్యాపలు పట్టాన్నింది నాకింకా బాగా గుర్తుండాది. అంతెందుకు గేలాలేసి నేను కూడా స్యానా తూర్లు మా సెరువులో స్యాపలు పట్టీండాను. ఆ రాళ్ళ సందులో అప్పుడప్పుడూ యెండ్రక్కాయలు గుడకా పట్టుకొచ్చి పొయిలోకేసి తీసి పట పటా కొరుక్కు తినిండే శబ్బుదమింకా నా సెవులు మర్సిపోనే లేదు.

ఇప్పుడా ఎండిపోయిన సెరువును సూస్తే మడుసుల్లో కరువైన మానవత్తువం గుర్తుకి ఒస్తుందంటే నమ్మండి. అట్లా వానలొచ్చినప్పుడు పది పన్నెండు జనాలని ఓసిన్న గదిలో పడుకోబెట్టి మా నాయిన ఓ మూల బాసింపట్టేసుకొని కుసోని నన్ను తన వల్లో పండేసుకొని రాత్రంతా అట్లే తూగిండేది ఇప్పటికీ నాకింకా గుర్తుండాది.

ఇంగ సంక్రాంతి పండగొచ్చిందంటే మా నాయిన రాత్రికి జాకెట్లు కుట్టేసి ఏ పదికో పదకొండుకో వచ్చి మా పక్కన కుచ్చోని పితికిబ్యాల్లు (అనపకాయలు) పితుక్కుంటా పన్నెండు ఒంటి గంటదాకా కతలు సెప్తాంటే ఆ కుశ్యాలకు నవ్వి నవ్వి సమియము అసలెట్లైపోతాండేదో గుడకా అర్థమే ఐతాండ్లేదంటే నమ్మండి. ఎందుకో గానీ మా నాయిన సెప్పిన కతలన్నీ ఈ మద్యెన్నాకు భలే గుర్తుకొస్తాండాయి. అందుకే కొన్ని మీతో పంచుకుందామని ఒక్కోటే చెప్పల్లనుకుంటాండా.

మొదట మా నాయిన్నాకు 'పులేమో యాడికో పారిపాయ? గిలిగాని పోరేమో యెక్కువాయ!' అని సెప్పిండే సుద్దులు మీతో సెప్పేదా...?

గమనిక: రాయల సీమపై ఎల్ నినో ప్రభావం తగ్గి దాదాపూ నలభై యాభై యేండ్ల తర్వాత గత రెండు మూడేండ్లుగా ఇక్కడ మంచి వానలు పడ్డం వల్ల ప్రస్తుతం అనంతపురం చేరువు నీటితో నిండుగా వుందని చెప్పడానికి సంతోషిస్తున్నాను.

ఈ కథ రచనా కాలం 29-సెప్టెంబర్-2019

పులేమో యాడికో పారిపాయ?
గిలిగాని పోరేమో యెక్కువాయ!

ఈ కత సెప్పే ముందు ఈ కత జరిగిండే రొద్దం గురించి రవ్వంత సెప్తాను ఇనండప్పో. ఇక్కడ పారే పెన్నా ఒకప్పుడు రొద పెట్టుకుంటా పార్తా వున్నిందని. అందుకే ఈడుండే పల్లెకి రొద్దం అని పేరొచ్చిండాదని ముసిలోల్లు ముతకోల్లూ సెప్పినా, నిజానికి ఈ రొద్దం స్యానా స్యానా పాత కాలం పల్లెప్పో.

ఈ పల్లెలో వుండే రొద్దకాంబ (భద్రకాళి) గుడి. యీరబద్రుడి గుడి ఈరాంజనేయసామి గుడి ఇంగా ఆడ్నే న్యాలలో కూరుకు పోయిండే శివాలయమో ఇంగోటో తెలీదు గానీ ఇయ్యన్నీ సూసినంకా! యీటిని బట్టి ఆడుండే రాళ్ల మీద హళే కన్నడ లిపిలో తెలుగులో సెక్కిండే శాసనాలను బట్టి. ఇంగా రొద్దకాంబ గుడి ఆవరనలో పడిండే వీరగల్లుల్ని బట్టి. చరిత్ర సిదిగిండే యిజయకుమార్ జాదవ్ గోరు సెప్పిండే దాన్ని బట్టి, ఈ రొద్దం పేరు ఒకప్పుడు రౌద్రపురం లేదా రొద్దనాడు అని పిలుస్తాంద్రంటప్పో.

పదో శతాబ్దంలో ఈ పల్లే హేమావతి రాజదానిగా పరిపాలన సేసిన నొళంబ పల్లవులు ఆనెంకా పదకొండో శతాబ్దంలో మలయనూరు రాజదానిగా పరిపాలన సేసిన తెలుగు చోళులు తిరగా పదమూడో శతాబ్దంలో పెనుగొండ రాజదానిగా ఏలిన హెుయసాలులు అట్నే పద్నాలుగో శతాబ్దం సివర్నింకా పదిహేడో శతాబ్దం వరకూ హంపీ విజయ నగర రాజులు రాయలోరి పాలనల్లోనూ ఓ వెలుగు వెలిగిండాదంట.

ఇంతకూ ఐనాత్తైన సంగతొకటి సెప్తానినండి మల్ల, సీమలో అనంతపురం జిల్లా వాల్లు "అదేనప్పా రొద్దం దావనే" సామెతను విననోల్లు ఎవరూ వుండ్రేమో. యాలంటే పెనుకొండ నుండి ఈ రొద్దానికి యెల్లబారి పొయ్యేతప్పుడు ఇంగా మొగదల్లోనే వచ్చే ప్లేట్లు అంటే దారిలో వచ్చే గుట్ట ఎట్టాంటి బస్సులు యెక్కల్లన్నా క్లీనరు కిందకి దిగి యెనక పాట్న సక్రాల కింద పెద్ద రాయి టైరు కిందేస్తాంటే, ఆ బస్సు డ్రైవరు ఒకటీ రెండో గేర్లో ఆ మిట్టను అతి ప్రయాస మీద ఎక్కించేవాడు, సిన్నప్పుడు నేను గుడకా ఆ తీరు సూసిండానప్పో. ఇంగప్పట్లో కొత్త కొత్తగా బొగ్గుల బస్సులున్నప్పుడు పరిత్తితేందో మీరే వూహించుకోండి మల్ల, ఇంగ మోటారు బస్సుల సంగతి అట్లుంచితే ఎద్దుల బండ్లు నడిపేకి అదీ సరుకుల్తో వున్నవి ఆ మిట్ట ఎక్కిచ్చేకి రొద్దమోల్లు యెన్ని పడబాట్లు పడింటారో మీరే యోచన జేస్కోండప్పో.

అప్పట్లో ఆ రొద్దం దావను ఆపకుండా ఎద్దుల బండి ఎక్కించినోడు మేలు మగోడని పిలిసినా ఆశ్చర్యం లేదేమో. పొయినేడాది గుడకా ఆ దావట్లనే వుండె, సావుతంతురం ఒచ్చిన ఇన్నేండ్ల తర్వాత ఈ మద్దెనే ఆడ దావ బాగు సేసిండారంటే, ఇంట్లో వాల్లే కంట్లో పుల్లన్నట్లు మా నాయకం జనాలకు మా సీమెంత అదువకు సిక్కిందో మీరే అర్థం సేసుకోవల్ల గానీ నేను సెప్పేది కాదు, ఐనా నాక్యాల్లలేప్పా యాడొచ్చిన పీకలాట గానీ కత సెప్పురా మగడా అంటే యాల మాకీ గెద్ది అని బేజారు సేస్కోద్దండప్పా సాములాలా ఇగ పులేమో యాడికో పారిపాయ? గిలిగాని పోరేమో యెక్కువాయంటూ! మా నాయిన్నాకు సెప్పిన సుద్దులినండి సెప్తాను మల్ల...

మా నాయనకప్పుడు ఓ పదేండ్లుంటాయేమో (బహుశా 1910-20 ఆ ప్రాంతంలో వుండవచ్చునేమో) సెప్పిండా గదా మా తాత కొండ్రాయుడు బ్రిటీషోల్ల రెవెన్యూ డిపార్టుమెంటులో దఫేదారుగా పని సేత్తాండనని, ఒగనాడు మా తాతకు తెలీకుండా ఆయప్ప సర్వీసు బందూకా తీసుకొని తన జతగానితో కలసి ఆయప్ప వాల్ల నాయన గుడకా పోలీసేనంటా? ఇద్దరూ ఏంటివెన్న పిట్టలో సెవుల పిల్లులో(కుందేల్లు) కొట్టుకొద్దామని పిల్లాట కొద్దీ అట్లా రొద్దం అడవులో మల్ల సెట్ల గుబుర్లలోకో సుమారుగా లోపలికి పాయిరంట.

యాడో మాటేసుకొని కుసోంటే పొదల్లో అలికిడైతే ఇద్దరూ ధనా ధనామని బందూకాలు పేలిస్తే గం(డ్రు గాం(డ్రుమని అరుపులినిపిత్తే దడుసుకొని పారిపొయ్యి సూత్తే నెత్తుటి మడుగులో ఓ పులి సచ్చి పడున్నాదంట! ఆ బందూకా శబ్బుదాలిని అక్కడికొచ్చిన గొర్లు కాసేవోల్లు మా నాయనా ఆయప్ప జతగాడు సేసిండే పని సూసి నివ్వెరబొయ్యి, వ్యానాలి వానెక్కా గొర్లను మాటేసి దెంకబోతాండే శని పొయ్యిడిసినాదని కేకలేసుకుంటా, ఆ పులితో పాటూ వాల్లిద్దర్నీ గుడకా పల్లె పల్లెంతా వూరేగించిండారంట. ఆ రేత్తిరికి మా తాత మా నాయన్ని బందూకా తీసకపొయినందుకు పోలీస్ బెల్టుతో వాతలు పడేంత వరకూ తీడినాడంట లేప్పో అది వేరే సంగతి గానీ.

ఒక దినం గడ్సినంకా కల్సిన జతగాల్లు ఆ పులి ఆడదని దానికి రొమ్ముల్లో పాలు వుట్టుతాండని అందరూ అనుకుంటాంటే యిని, మెల్లిగా ఎవర్కీ సెప్పకుండా మల్లీ అడవిలోకి జారుకొని ఆ పులి సచ్చిన పొద కాడ యెతకలాడితే రెండు పులి కూనలు పాల్యాక పాలమారి కనిపిత్తే సెరొకటి ఇల్లకు ఎత్తుకొచ్చుకుండ్రంట. మా నాయన తెచ్చుకున్నది మరీ న్యాత పిల్లి పోత పాలొంటక సచ్చిపోతే? ఆయప్ప జతగాడు తెచ్చుకోండే పులి పిల్ల సూత్తాన్నట్లే దాదాపు సంవత్తరం పిల్లాయనంట!

ఆయప్ప దాని మెడకి ఇనప సైనేసి సాయంత్రం ఐతాన్నట్లే అట్లా రొద్దం ఏటి కల్ల రొద్దకాంబ గుడి కాటికి నడిపిచ్చుకొని తీసక పోతాన్యంట. అది ఆ ఏరు కాడున్న ఓ రాయిపై కాసేపు నిమ్మలంగా కుసొని తిరిగి తన్ను సాకినోనితో ఎనిక్కి పోతాన్నంట? ఒకరోజు ఏమైందో యేమో ఎంతకీ రాయి దిగి రాకపొయ్యే తలికి మా నాయన జతగాడు దాన్ని గొలుసు పట్టుకొని గుంజేతలికది కోపంతో ఆయప్ప నెత్తి మీద ఓ పంజా యేటిసిరి, ఆ ఏటికి దవ్వులోనే వున్న ఓ సెరుకు తోట్లోకి పొయ్యి మాయమైపొయినంట!

తల సీరి నెత్తురు కార్తాన్నా ఆయప్ప నా పులి నా పులి అనే ఒకటే గిలిగా కలవరిత్తా వున్నెంట. ఇంగ పల్లె పల్లెంతా దివిటీలు పట్టుకొని తప్పెట్లు కొట్టుకుంటా కొమ్ములూదుకుంటా రాత్రంతా సెరుకు తోట మొత్తం జల్లెడ పట్టినా ఆ పులి అయిపూ జాడ సిక్కలేదంట?

ఈ కత మా నాయన నిజంగా జరిగిండేది సెప్పినాడో ల్యాకుంటే మాకు కుశ్యాలుగా సెప్పినాడో తెలీదు కానీ, ఇప్పుడు పొయ్యి రొద్దం కాడ సూస్తే పెన్నేట్లో యాడన్నా కానీ రవ్వంత నీళ్ళు కానీ సెట్టూ సేమా కానీ కనిపిత్తే ఒట్టు! అంతా మట్టి కొట్టుకు పొయ్యి సీంజాలి కంప సెట్లు పెరిగి స్మశానం మాద్రి బికీమని ముసిలి పేనం గదా వల్లకాడికి కాళ్ళు సాపుకొని కుసున్నెట్ల తొంగి సూస్తాండాది.

అప్పటి రాజకీయ నాయకులు వాళ్ల అవసరాల కోసం తెలుగు కన్నడ తమిళ సంస్కృతుల మేళవింపుల మొరుసు నాడును మూడు ముక్కలు సేసి? ఓ ముక్క తమిళనాడులో మరో ముక్క కర్నాటకలో ఇదిగో మమ్మల్నిలా కోస్తాంధ్రలో యిడగొట్టిన పాపానికి, ఆ తరువాతి తరం రంకు రాచకీయం నాయక జనాలు వాళ్ల వాళ్ల మనుగడ కోసం భాషోద్వేగాలతో ప్రజల్ని సంకుచితులుగా మార్చి దిగువకు పోవాల్సిన నీళ్లను ఎగువనే ఆపేయడం నేర్చుకొని మా పెన్నా పారినప్పుడూ పీనుగుల పెన్నానే అనిపించుకుంది, పారకపోయినా రైతుల బతుకులు పీనుగుల్ని సేసి పీనుగుల పెన్నానే అనిపించుకుంటోంది.

మా నాయిన సిన్నప్పుడు తన జతగాల్లతో కల్సి తోటలో కాయలు కోసినందుకు ఆడుండే కాపలా ఆయప్ప తిప్పలాడిచ్చుకుని వత్తే, పరిగెత్తి పొయ్యి సుడులు తిరుగుతాండే రొద్దం ఏట్లోకి ఎగిరి దుంకి దాంట్లో వుండే సుడిగుండంలో కొట్టకపోతాంటే, మిగతా యెనకంటి పొయ్యెండే పిల్లోల్లు అయ్యో కొండప్రాయుడు కొడుకు పెద్ద కొండప్ప ఏట్లో పడి కొట్టకు పొయ్యి సచ్చిపాయని కేకలేసుకుంటా వూర్లో కురికితే, మా తాత ఎదుక్కుంటా పోతే ఆ ఏటికాడున్న రొద్దకాంబ గుళ్ళో మా నాయిన దాపెట్టుకోనుండేది సూసి వూపిరి పీల్చుకున్న మా తాత మా నాయిన్ని పిలుచుకొని ఇంటి దావ బట్నంట.

ప్చ్ అట్టాంటి సుడులు తిరిగే ప్రవాహపు పరవళ్ళన్నీ యాడికి పాయెనో, ఆ నీళ్లన్నీ ఆ వనాలన్నీ ఆ వన్య మృగాలన్నీ యెట్ల మాయమై పాయినో!? ఆది మానవుడి కాలం నుండీ అందాల వనంగా అలరారిన మా సీమ కాస్తా పాలకుల అనాలోచిత నిర్లక్షపు వైఖరికి అనంత ఎడారుల వైపు శరవేగంగా దూసుకపోతాంది. మారుతున్న వాతావరణానికి కారణాలేమో కనుక్కోని

తీసుకోవాల్సిన మార్గ దర్శికాలు సెప్పే మగానుబావుల్ల్యాక, దిక్కూ దివానం లేని ఆడదాన్తో దెయ్యాలు కాపురం సేసినట్లు ఐపాయిండాదప్పో మా సీమ బతుకులు యాల జెప్పుకోవల్లలే.

ఏం సేత్తామప్పా సెప్పినాకదా పులిగాని కంటే గిలిగాని పోరెక్కువని ఏందో మా పేనాలున్నంత వరకూ గడచి పోయిన మంచి దినాల్ని తలచుకొని పాయిండే దినాలు మల్లీ యా పొద్దైనా కనపడిత్తాయేమో అని వుర్కే గిలితో యెంపర్లాడతాంటాం అంతే తప్ప మా తరం గుడకా పాయిందంటే మల్లీ ఎవరున్నా ఈ సుద్దులన్నా అనుకుంటా అనుకోరో అని ఓ తాపత్రయమప్పా అంతే, ఐనా నాక్యాల్లేగానీ మా నాయిన నాకు సెప్పిన కతల్లో మా మామ కంట్లో కురుపు? సోమారం తల్లి యిరుపు! సెప్తానుండండి...

అశేరా

గమనిక: ఈ కత రచనా కాలం నవంబర్ 2019 నాటికి రొద్దం కాడ పరిత్తితి పైన సెప్పిండేదే ఐనప్పటికీ. ఈతూరి వాన్లు నగ్గురిసి అంతో ఇంతో పెన్నేరు పారి కొంచెం భూమమ్మ కడుపులో నీళ్ళు పెరిగి ఇప్పుడిప్పుడే పచ్చదనం మా సీమలో పురుడు పోసుకుంటా వుంది దిట్టి యెట్టాకండి సాములాలా మీకు మొక్కుతా...

మా మామ కంట్లో కురుపు?
సోమారం తల్లి యిరుపు!

ఇప్పుడు పుడతాండే పిలకాయిలకి అన్నీ సేతుల్లో అమరుతాన్నాయి గానీ? ఒగ నలభై యాభైయేళ్ళ యెన్నిక్కి సూసుకుంటే అన్నీ అతుకుల బతుకులే సితుకుల వ్యతలే!

ఈ కాలం పిల్లోల్లు పొద్దు పొద్దున్నే లేత్తాన్నే మంచి బ్రష్ మిందింత రంగు రంగుల ద్రావక మొత్తుకోని నిగనిగలాడేతట్ల పండ్లు తోముకొని, ఇంట్లో యాడక్కావల్లంటే ఆడొచ్చే గొట్టాల్లో నీల్లూరుకే గబుక్కున కొళాయి తిప్పుకొని ఒలకబోసి, సక్కగ ఇస్త్రీ సేసిండే సలవ గుడ్డలేస్కోని కావల్సిన తినుబండారాలు ఒండిచ్చుకొని తిని, పాలల్లో యావ్యావో కొత్త కొత్త పుళ్ళన్నీ కలుపుకొని తాగి, కాళ్ళకు మెరుత్తాండే సడావులేస్కోని, వీపునో పుత్తకాల సంచేసుకొని, టిప్పు టాపుగా సైకిలెక్కో బండెక్కో బస్సెక్కో నడిస్తే కందిపోతామన్నెట్ల ఇస్కూల్లకు పొయ్యి,

వీలైతే సలవ ఫ్యాన్ల కింద కూకొని, సెమట కూడా పట్టని కొత్త కొత్త ఆటలాడి, ఇంటికొచ్చినంక కదలకుండా టీవీల ముందో కంప్యూటర్ ముందో అదీ లేదంటే అరసేతిలో వైకుంతం మాద్దిరి సెల్లు ఫోను ముందరో పొద్దు పోగొట్టుకుంటా, దూరాభారం మడుసుల్ని పక్కనే కూసోని మాట్లాడిత్తాన్నట్ల

అరువులు సేస్కుంటా, కాశీకి బొయ్యినా కాటికి బొయ్యినా ఒగటే అనే సామెతల్నీ పుటుక్కున తెంచేసినట్ల ప్రయాణాలన్నీ పూర్తి దగ్గిరైపోయి, ముఖ్యంగా వైద్దికం మరీ మారు మూల పల్లె కొంపల్లో తప్ప స్యానా మట్టుకు మడుసులకు అందుబాట్లోనే దొరుకుతాందనే సెప్పచ్చు.

మా సిన్నప్పుడైతే నాకు బుద్ధి తెలిసినంత వరకూ బొగ్గా వుప్పా కలిపి అప్పటికప్పుడు నున్నగ నూరుకొని యేలితో పళ్ళు తోముకుంటాంటిమి. ఇంట్లో ఎంతమందుంటే అంత మందికీ లైబ్బాయ్ సోపే వాడతాంటిమి, ఇగ ఇంట్లో వుప్పిండి, దోశలు, ఇడ్లీలంటే స్యానా స్యానా యిడ్డూరమే, ఎక్కువగా రాగి సంగటి జొన్న ముద్ద రాగి రొట్లు జొన్న రొట్లు సద్ద రొట్లు సద్ద సలిబిండి వుప్పు శనగలు భఠానీలూ శనిగిత్తనాల పాకం పొప్పు బొరుగుంటలు కర్జికాయలు పాయసం కుడాలు ఓళిగలు పాలోళిగలు రాగి సాప్త్యాలు ఇలాంటివే మాకెక్కువ తెలిసిండేది. అంగట్లో సొంఠి పిప్పరమెంట్లు ఆరెంజి మిఠాయిలు వుప్పు బిస్కత్తులు ఇట్టాంటివి కూడా దొరికేది కట్టంగా వున్యాది.

ఇంక సన్నా బన్నా రోగాలొత్తే అనంతపుర్మ్మ కట్ట కిందుండే అంత్రాల బువ్వమ్మ దగ్గిరికో, మశీదు కాడ మంత్రించే నీళ్ళకో పరిగెత్తుతాండ్రి, అప్పుడు గుడకా తగ్గకపోతే పాతూరి పాలసుపత్రికో, దూరంగా వుండే పెద్దాసుపత్రికో కొండోని బోతాండ్రి. పెరిగే పిల్లోల్లకి సంవత్సరానికి ఓపారి గుడ్డలు పట్టిత్తే ఒకింత లూజు లూజుగానే మల్లా సంవత్సరానికి గుడకా తిరగా వాల్ల కాడికి సన్నోల్లకు సరిపొయ్యేతట్ల కుట్టిస్తాండ్రి.

పొయిలోకి కట్ల కోసం మాయన్నగారు మా అక్కగారు వూరి బయట ఆర్.డి.టి దాటినంక వచ్చే పెద్దొంక దాటి పొయ్యి సీంజాలి సెట్ల కొమ్మలు కొట్టి నెత్తి మింద మోపులు కట్టుకొని వత్తాండ్రి. కరెంటొత్తానే బుడ్డీ దీపాలూ అట్లాంటివి అన్నీ యాటికి పాయనో. అప్పట్లో రేడియో వున్న ఇంటి ముందర ఓ పది మంది సేరి ఆకాశవాణి ఆలిండియా రేడియో కడప మల్లా ఆఖరకు శ్రీలంక ప్రసారాలక్కూడా కాసుకొని కుసుంటాండ్రి. సూస్తాన్నట్లే అభివృద్ధంతా కళ్ళ ముందరే జరిగిపాయ!? మొదట స్లీపింగ్ టేప్ రికార్డర్లు తర్వాత టేప్ రికార్డర్లు క్యాసెట్లు సూత్తా వున్నట్లే బ్లాక్ అండ్ వైటు టీవీలు అట్లే అట్లే కలర్ టీవీలు ఇంగ యాల జెప్పల్లలే!

ఇగ యిక్కడ అసలు యిసయమేమంటే? అటు పల్లే కాదు ఇటు పట్నము కాని అనంతపురమే ఇట్లుంటే ఇంగ పల్లి కొంపల్లో సుద్దులు సెప్పుకునేకి అయ్యేల్లేదప్పో! ముక్కెంగా సకాలానికి సరైన వైద్దికం అందక అప్పటి జనాలెంత యెగ్రి బతుకులు బతికిండారోనని తల్చుకుంటేనో మనసంతా ఎట్టేట్టో అయిపోతాది. అమాయకం జనాలు తిక్క నెత్తి మీదేస్కొని యట్లాంటి రోగమన్నా రానీ గాక? ఇంత వుడుకుడుకు అన్నం ముద్ద దిగదీసుకొని కుక్కకు పారెయ్యడమో ల్యాకుంటే, మూల్లో వుండే పరకో స్యాటో సడావో తీసుకొని దిగదీసుకోవడమో!

అదీకాకుంటే వూరి బొడ్రాయి కాడికి పొయ్యి నాలుగు రాళ్ళు తిప్పుకోవడమో మారెమ్మో నల్లమ్మో పోలేరమ్మో యల్లమ్మో మల్లమ్మో ఎవరుంటే వాళ్ల రాల్లకాడికి పొయ్యింత పసుపు కుంకుమ మొగానికద్దుకొని బాగైపోతాదని పన్లకురకడమే ఇదే సరిపోతాండని తలుసుకుంటేనే మనసుకి కనాకష్టంగా వుండాదప్పో! ఇప్పుడు గుడకా యా పల్లెల్లో పొయ్యి ఆడుండే వయసై పోయినోల్లని కదిలిచ్చినా అప్పట్లో వైద్దికానికి వాల్లెన్ని కష్టాలు పడింది నష్టపోయింది గుక్క తిరుక్కోకుండా సెప్తారు? ఇట్లాంటిదే మా మామ కంట్లో కురుపు? సోమారం తల్లి యిరుపు! అనే మా నాయిన్నాకు సెప్పిన కతిది యినండప్పో...

మానాయన పెద్ద కొండప్పకి ఇద్దరు సెల్లెల్లని సెప్పింటి కదా, ఒకాయమ్మని రొద్దం దగ్గరున్న గౌరాసుపల్లి లోని రాతిమిద్ది వెంకట రమణప్పని వాల్లింటికి యిచ్చిండంట్ర. మా నాయన వాల్ల బామ్మర్ది ఓపారి అడవి పందులు రాకుండానో మల్ల జీవాలు తొక్కకుండానో సేన్లో కంప కొడతాంటే, వున్నట్టుండి బొట్నేలు పొడూవుండే సీంజాలి కంప ముల్లు కొమ్మ పుటుక్కునొచ్చి ఎడమ కంట్లో కొట్టి యెల్లిపాయినంట. కన్నిప్పేకి కాకుండా రకతం కారుకుంటా ఆయప్ప అరుసుకుంటా పడిపోతే, సుట్టుపాతల పన్లు సేస్కునే వాల్లొచ్చి ఆయప్పని ఇంటికాడికి సేర్సిరంట. ఏంటేంటివో వైద్దికాలు స్యానా సేసిరంట సేపిచ్చిరంట కానీ ఆయప్ప కన్ను సూస్తాన్నట్లే సీము పట్టి పెదింత లావు వుబ్బినట్ల వాసి పొయ్యి రెయ్యీ పగలు నిద్దర ల్యాక ఒగటే ఏడుస్తాన్నంట?

ఈ యిసయం పోలీస్ స్టేషన్కి వర్తమానం పంపితే తెలుసుకొని మా నాయన గోరంట్ల నుండి పొయ్యి ఆయప్పను ఎద్దుల బండి మీదేసుకొని

పెనుకొండకు ఆట్నిండి బస్సులో హిందూపురం తిరగా గోరంట్ల మిందుగా కదిరికి పొయ్యి ఆడ్నింకా కడప జిల్లా రాయచోటికి తోలకపొయ్యి ఆడ్నించి పజ్జెనిమిది మైళ్ళ దూరంలో వుండే వీరబల్లి అనే పల్లికింగా ఇవలతలనే వుండే సోమవరం వడ్డిపల్లి అని సుమారు ముప్పై ఇండ్లు గుడకా లేని సిన్న పల్లికాడికి తోలకబాయినంట?

ఆడుండే ఆంజినేయసామి గుడి కాడ కంటికి సిన్నా బన్నా దెబ్బలు తగిలి పుండ్లైనోల్లు, కాల్లో ముండ్లిరిగి సీముగారేటోల్లు, గొంతులో ఎముకలు ఇరుక్కున్నోల్లు, కడుపులో నొప్పులు తెలీని పుండ్లతో ఏడుస్తాండేవాల్లు, వంటి మీద ముల్లులు గీసుకొనో మన్నా గిన్నా గానక పనిసేసి కాల్లూ సేతులు పొడబారినోల్లో, ఎద్దులకో గొర్లకో పుండ్లై రసికారుతాండే జీవాలు తోలుకొచ్చినోల్లో ఇట్టా రోగాలు రొష్టులతో అలివి కాని జనాలాడ కాసుకొని కండ్లిడుస్తాన్నారంట.

అట్టా ఎవరికేం రోగమన్నా ఆ సోమవరం వడ్డిపల్లికి యింకొంచెం అవతలుండే కమ్మపల్లి నుండి వచ్చిండే ఒక పెద్యాప్ప నిట్టగా ఒక్కపొద్దుండి, గుల్లోపలికి పొయ్యి పొంతలో వుండే నీల్లను సిన్న గిద్దిలో తెచ్చి పొద్దు పొద్దున్నే తూరుపు దిక్కు తిరిగి సూర్య భగానునికి నమస్కారం సేస్కోని, వాల్లింటి దేవతకు మొక్కోని, వచ్చిన జనాలకు అందర్కి మద్దేన్నం పన్నెండు గంటలదంకా నిలబెట్టకుండా, దెబ్బ తగిలిన కాడిన్ని ఆ గిద్దెలో నీళ్ళు పోసి మిగతావి తాగిస్తాండ్రంట? మా నాయన బామ్మర్దికి కూడా ఆ కంటి మీదిన్ని నీల్లు సల్లి కొన్ని నీల్లు తాగిపిచ్చిరంట.

స్యాన్నాల్ల తర్వాత ఆయప్ప ఆడే ఒక మూలకు ఒల్లట్ల తలమీద కప్పుకొని పనుకొని నిద్రపాయినంట. ఓ గంటాగి సూసుకుంటే ఆయప్ప కన్ను మామూలుగా అయిపొయిన్నంట! కాకపోతే కంట్లో పూవొచ్చినట్ల నల్లగుడ్డు కాస్త తెల్లగై పొయ్యి సూపు మాత్రం కనపల్లేదంట. అది మొదలు మా ఇంట్లో గుడకా సిన్నా సితకా జరాలు నొప్పులొస్తే పొద్దున్నే లేయడం గలాసులో ఇన్ని నీళ్ళూ తీసుకోవడం సోమారం తల్లీ అని మొక్కోవడం తాగి భరాయించు కోవడం స్యానాతూర్లు సూసిండానప్పో...

ఇక్కడ ఆ వూరు, ఆ వూర్లో ఆ కుటుంబమొల్లు యా రోగమొచ్చినా ప్రతి సోమవారం (ప్రస్తుతం వివిధ జిల్లాలు వివిధ రాష్ట్రాల నుండీ వచ్చే జనాల సౌలభ్యం కోసం ప్రతిరోజూ వీల్లీ కార్యక్రమాన్ని నిర్వహిస్తుండడం విశేషం) వాల్ల పొంతలో నుండి పోసే గిద్దెడు నీల్ల యెనకున్న ఆసక్తికరమైన కతేమంటే?

ఎనకటికి ఎప్పుడో మూడ్నాలుగు తరాల కిందట వాల్లింట్లో ఓ మంచి సేద్దికాడు వున్నెంట. ఆయప్ప పొలం పన్లన్నీ ముగిచ్చుకొని ఇంటి దావ బట్టే పొద్దుకి వూరికింక కూతేటు దూరంలో వుండాడనంగా, ఆడుండే ఓ పేద్ద సింత మాను కాడ్నుండి 'నేనొత్తా నేనొత్తా నన్నూ పిలసకపో నన్నూ పిలసకపో' అనే మాట్లు యినపడతాన్నెంట. ఆయప్ప యెనిక్కి తిరిగి సూత్తే నరమానవుడు కనిపిస్తా వుండ్లేదంట! ఇట్లా ప్రతి సాయంత్రం ఇనీ ఇనీ యిసుగొచ్చి వాల్లింట్లో వుండే పెద్దోల్లతో సెప్తే, వాల్లు 'యాట్రా భయపడేది రమ్మనమను దాని కతేందో తేలిపోతాదిగానీ' అని సుదారిచ్చిరంట.

ఇయ్యప్ప గుడకా ధైర్నం తెచ్చుకొని ఓపారి ఇట్నే 'నేనొత్తా నేనొత్తా నన్నూ పిలసకపో నన్నూ పిలసకపో' అని ఇనిపిత్తానే యాడ లేని ధైర్నెం తెచ్చుకొని, 'వచ్చేతట్లయితే గబుక్కునొచ్చేయ్ లేదా నోర్మూసుకొని ఆడ్నే పడిండు. యాలూర్కే సతాయిత్తావని' యెనిక్కి తిరిగి సూడకున్నెట్ల ఇంటి దావ బట్నెంట. ఇంగ సేద్దికడు నడుత్తాంటే ఆయప్ప యెనకాతలే ఎవరో కాళ్ళకు గజ్జెలేస్కొని ఘల్లు ఘల్లుమని ఆడమడిసి నడిసిండే సప్పుడు ఇనపడిచ్చేది మొదలు పెట్నంట. ఆయప్పెట్లో గుండెను నిబ్బరిచ్చుకొని ఇంటి కాడి వరకూ పేనం వుగ్గబట్టుకొని పొయ్యి యెనిక్కి తిరిగి సూత్తే...

మంచి పరువంలో వుండే ఎవరో అందమైన పిల్ల ఇయ్యప్ప యెనకాతలే కనపడినంట. ఎవరూ ఏమీ అని విసారిత్తే యేమీ సెప్పలేదంటా సరే ఇంట్లో ఎవరైనా ఇట్టం లేని పెళ్ళి సేత్తాంటే సెప్పా పెట్టకుండా వచ్చేసిందేమోనని, ఆ సేద్దికాడి ఇంట్లో వాల్లు గుడకా పెద్ద మనసు సేస్కొని ఆ పిల్లని వాల్లింట్లో పనికి పేట్టుకుంద్రంట. అది మొదలు నిమ్మలం ల్యాకుండా నిమిషం తీరిక ల్యాకుండే బయట పొలం పన్లు సేసుకొనొచ్చి తిరగా ఇంట్లో పనులకొంగే వాల్లకు, ఆ పొద్దు నుండీ ఇంట్లో రవ్వంత గుడకా పని ల్యాకుండా అన్నీ ఆయమ్మి సేతుల మిందుగా అమరిపోవడం మొదలాయనంట.

దొడ్లో పశువుల కాడ నుండి ఇంట్లో పై మిందికింత వుడుకుడుకు నీళ్ళకు కడుపులోకింత రుసికరం తీండికి వాల్లక్యాపొద్దూ కరువు ల్యాకుండా ఐపాయినంట! ఆయబ్బికి ఆయమ్మికి ఒకరంటే ఒకరికి స్యానా ప్యానం వుంటాండినంట, ఆయమ్మి ఆయబ్బి మీద ఈగ గుడకా వాలనీకుండ సూసుకుంటా వుండినంట. బిడ్డొచ్చిన వేళా గొడ్డొచ్చిన వేళా అని ఆయమ్మి వాల్లింటికి ఒచ్చిన కాడి నుండి వాల్లకు పట్టిందల్లా బంగారమై పాయినంట, ఆయమ్మి యాపొద్దే కానీ ఆయప్పని ఇడిసి ఏమారి వుంటాండ్లేదంట.

ఒకతూరి ఆయప్ప ఒంటిగా వుంటే ఆ దారిన పొయ్యే సన్నాసెవడో గత్తర దగిల్నోని మాద్దిరి ఈయప్ప మొగం కల్ల బిత్తరపొయి జూసి, 'ఒర్యా అప్పయ్యా నీకేం కర్మరా! దయ్యాన్ని తెచ్చుకొని నట్టి నడింట్లో పెట్టుకొని ఆమాయన కులుకుతాండావు కదరా' అని తిట్నెంట! ఆయబ్బి ఆచ్చెర్రపొయ్యి 'ఏంది సామీ అట్టా సెప్తాన్నావని' గట్టిగా అడిగితే, 'ఓర్నీ ఆ పిల్ల యాపొద్దైనా మీ ముందరింత కూడు గతికిండేది సూసిండారేంరా' అనిడిసి ఆయప్ప దావ బట్టుకొని ఆయప్ప పాయనంట? గుండెకాయి గుభేలుమన్న సేద్దికాడు ధైరాన్ని కూడగట్టుకొని ఇంటికి పొయ్యి,ఇంట్లో వుండే వాల్లందర్నీ ఆ రేత్తిరికి ఆ పన్లకి ఈ పన్లకని పక్కూరికి తోలి, తాను గుడకా పని మింద బయటికి పోతాండాడని రేత్తిరికి రానని జాగ్రత్తగా వుండమని ఆయమ్మికి సెప్పి, బయటికి పాయినట్లే, పోయ్యి మల్లీ మెల్లిగ పిల్లి మాద్రొచ్చి అటకెక్కి దాపెట్టుకొని ఏం జరుగుతుందోనని ఎదురు సూడబట్నెంట.

ఆయమ్మి ఇంగెవరూ ఇంట్లో లేరు కదాని అర్ధ రేత్తిరి నిద్దర లేసి ఇంట్లో తాను తినే సోట బండకి ముగ్గేసి, దాని మింద పెదింత యిస్తరాకు పర్సి దాంట్లోకి యభై మంది జనాలు తినేంత కుంభం కుమ్మరిచ్చుకొని, జడలు యిరబోస్కొని సేతులు ఎనిక్కి మడిసి కట్టుకొని నోట్తో పసకు పసకుమని తినేది మొదలు బెట్నంట! అది సూసి అదిరి పడిన ఆ సేద్దికాడు అటవలో వుండే కొడవలి తీసుకొని? ఆ జడల్లో ఒకటి గట్టిగ బిగించి పట్టుకొని ఆయమ్మిని నరికేకి కొడివిలి ఎత్తినంట?

అప్పుడాయమ్మి 'ఒర్యా ఎన్నైకాడా ఇంత కాల్మూ నాకు మీ గూట్లో ఇంత సోటిచ్చిండారు, యాపొద్దన్నా సరే నిన్ను గానీ మీవాల్లను గానీ సింత పిచ్చంతైనా కట్టం బెట్టిండానా. నేనొచ్చినంక మీ ఇంట్లో ఇతోధికంగా అంతకంతకూ పైపైకే

యెక్కిండారు గానీ రవ్వంతైనా కిందికి దిగిండారా' అని అనునయం మాట్లు సెప్పేతలికి, సేద్దికాడు రవ్వంత నిమ్మలిచ్చి మనసులో ఏం యోచన సేస్కున్నో యేమో గానీ సేతికి సిక్కిండే జడని అదే కొడవలితో పుసుక్కున కోసేసినంట?

ఆయమ్మి జడల్లో ఒక జడ తెగ్గానే గగ్గోలు పెట్టుకుంటా 'నా జడ నాకిచ్చేయ్ మారాజా నా దావ బట్టుకొని నేను బోతాను గానీ' అని కాళ్ళా యేళ్ళా బతిమలాడతా, 'పోతా పోతా గుడకా నీకు నీ కుటుంబానికి ఇంత మంచి చేసి పోతాను! మీకు మీ తదనంతరం తరాల వారి క్క్యాడా వుపయోగ పడేతట్ల వరమిచ్చి పోతాను నా జడ నాకు ఇచ్చేయమని' బతిమలాడ్నా ఆయబ్బి మనసు కరగక కన్నెర్ర జేస్తాంటే, ఇంతలో తెల్లారి పొయ్యి బయటికి పొయిండే వాల్లంతా వస్తాంటే ఆయమ్మి పుటుక్కున మాయమై పాయినంట?

ఆ జడను ఆయప్ప తన తల తుండులో సుట్టుకొని తిరుగలాడతాంటే నిత్యం ఆ జడల మారెమ్మ ఆ సేద్దికాని సెవులో కర్ణ పిశాచి మాదిరి సేరుకొని 'నా జడ నాకిచ్చేస్తే నేనెల్లిపోతా నీకు మంచి వరమిస్తా' అని కనపడీకుండా పోరు బెడతాంటే, ఓ రోజు యిసుగొచ్చిన ఆయబ్బి థూ నీదేంది నాకీ పాటుకంటూ దాని జడ దాని మొగాన పారేత్తామని సూత్తే! ఆ తుండు గుడ్డను ఇంట్లో వాల్లు వుతికేకని సాకలోల్లకి ఏసిండారని తెలిసి, 'ఇద్గో నీదేంది నాకీ పీకలాట గానీ నీ జడ తుండు గుడ్డలో సుట్టి పెట్టింటే మావోల్లు వడ్డి పల్లె సాకలోల్లకి ఉతికేకి యేసిండారంట, వాల్ల కొంపకాడికి పొయ్యి దెంకోన్ బో అక్కడ' అని కసురుకున్నెంట?

కమ్మపల్లి నుండి సోమవరం వడ్డిపల్లె సాకలోల్ల ఇంటికి పాయిన ఆ జడల మారెమ్మ వాల్లతో, తన జడ ఎనిక్కి యిప్పించుకొని, తన మాటగా వాల్లని కమ్మ పల్లికి పొయ్యి ఆ సేద్దికాడి కుటుంబానికి తానిచ్చే వరం గురించి చెప్పమని ఇట్లా సెప్పినంట? 'మీ ఇంటి కాడికి ఎవురైనా సరే పొద్దు పొడుస్తాన్నట్లే ఎట్టాంటి కాయా కష్టంతో వచ్చినా, కంట్లో కురుపైనా కాల్లో ముల్లిరిగినా గొంతులో ఏదైనా యిరుకున్నా కడుపులో పుండ్లైనా, వాల్లవెంత భాదలైనా సరే మీ ఆలికాగు బాన పొంతలోని లోని గిద్దెడు నీళ్ళు నా పేరు తల్సుకొని పోస్తే వాల్లకొచ్చిండే యెట్టాంటి రోగమన్నా సరే పుటుక్కున తగ్గేతట్ల, వాల్ల తరతరాలకు తరగని వరం యిత్తాన్నానని సెప్పమని' సెప్పి మాయమై

పాయినంట!?

ఆ సాకలోల్లు ఆశకు పొయ్యి మొదట తామే అట్టా సేసేకి మొదలు పెట్రంట కానీ వాల్లకా వరము పన్జేయలేదంట! అప్పుడాల్లు ఆ సేద్దికాని ఇంటి కాడికి పొయ్యి జడల మారెమ్మ తమకు సెప్పిండేదంతా పూస గుచ్చినట్ల సెప్పి మమ్మల్ని సెమించమని అడుక్కుంగ్రెంట? అప్పట్నుండి ఆ కమ్మ పల్లి సేద్దికాని కుటుంబీకులు దాదాపూ నాలుగు తరాలుగా ఆ జడల మారెమ్మను తల్సుకొని ఎటువంటి మందూ మాకూ లేని ఉత్త నీళ్ళు సిలకరిచ్చినా కట్టంతో పాయినోల్లకి వుపసమనం సిక్కుతాండాదని ఇప్పుడు గుడకా సెప్పుకుంటా వుండారప్పో! కాకపోతే ఆయమ్మి పేరు జడల మారెమ్మ ఐనప్పటికీ వాల్లా నీళ్ళు సిలకరిస్తాండేది సోమవరం వడ్డిపల్లిలో గాబట్టి అందరూ సోమవరం తల్లి రాన్రాను సోమారం తల్లని తలుసుకోబట్రని తెలుత్తాండాది. ఇదప్పా మా మామ కంట్లో కురుపు! సోమారం తల్లి యిరుపు? అనే కత...

ఈ కతలో నిజమెంతో అబద్దమెంతో తెల్సుకుందామని ఆ సోమవరం వడ్డిపల్లెకు నేను కుద్దుగ పొయ్యి ఆ కమ్మపల్లి కుటుంబీకునితో కలిసి గుడకా మాట్లాడిండానప్పో. పనిలో పని ఎందుకైనా మంచిదని ఆ వూరొల్లతో గుడకా ముచ్చట్లు పెట్టుకొని ఒచ్చిండాను. నిజం సెప్పాలంటే ప్రతి మడిసి లోనూ ఒక నమ్మకం వుంటాది. బహుశా ప్రతి మడిసినీ ఆ నమ్మకమే అన్ని యిధాలుగా నడిపిస్తుందని చెప్పచ్చేమో.

సావుతంతురం రాక మునుపు... వచ్చిన తొలి నాళ్ళలో అపుటికింకా అభివృద్ధి సెందని వైద్య సోకిర్యాలు అందుబాట్లో లేని సామాన్యులిట్లా ఒకరకమైన నమ్మకంతో ఇట్టాంటోల్లని నమ్ముకొని అదే నమ్మకంతో వాల్లకొచ్చిండే రోగాలు అవంతకవే ఎట్నో నయిమై పాయినాయాయనే అనుకున్యా? ఒకప్పుడు వుద్దరాగా నీళ్ళు పోసిన యిల్లు, ఇప్పుడు పొద్దు పుట్నెప్పుడు నుండి మద్యాన్నం పన్నెండుదంకా ఆడ్నే కాసుకోని కుసోల్ల కాబట్టి? ఇప్పుడు తలకాయికి నూర్రూపాయలు తీస్కొంటా వున్నారప్పో, కొసమెరుపు యేందంటే ఈ జడల మారెమ్మ లేదా సోమారం తల్లనే ఆ కత లోని ఆయమ్మిని వడ్డి పల్లోల్లంతా దెయ్యంగా సెప్తాంటే, వరం పొందినోల్లు మాత్రం ఆయమ్మిని శక్తిగా సెప్పుకోవడం యిశేసం.

సావుతంతురం ఒచ్చి... ఏడు దశాబ్దాలు దాటుతున్నా పల్లె కొంపలకి పరభూతవ వైద్దికం సరిగ్గా సేరక, ఇంకా ఇట్టాంటోల్లను నమ్మి.... యిల్లు యెడం సేత్తో పోసే కసిన్ని వుత్త నీళ్ళను నమ్మి.... సుట్టు పక్కల పల్లెలోల్లు ఇంగా తిక్క గొర్లు మాద్దిరి యెల్తాన్నారంటే, సర్లే పాపృ్మ సిన్నా సితకా రోగాలకు పెద్దాసుపత్త్రిల్లకు తిరగల్యాక సేతిలో లెక్క ల్యాక పోతాన్నార్లే యాడన్నా పాడై పోనీ గానీ అనుకోవచ్చు! సైనా అట్లా దేశాలు ఏకంగా ఇంగో సూరప్పనే నిలబెట్టేకి తంటాలు పడత్యాన్నా ఇంకా యా పుట్టలో యా పాముండాదోనని బాగా పెద్ద పెద్ద సదువులు సిదిగిండే వాల్లు గుడకా పొయ్యిట్లా పల్లె కొంపల్లో ఇసిత్రం స్యాంగాలకి ఎగబడతాన్నారంటే మనం ఆలోసించల్లనా లేదా మీరే సెప్పండప్పో.

ప్చ్ ఈ కతని నమ్ముకొని మా పెద్దన్న పెద్ద కొడుకు భాస్కర్రాయుడు వల్లంతా సెక్కెర వ్యాధి నలపరం పెట్టి ఎడమ కాలి బొటనేలు కుళ్ళుతాన్యా అందుబాటులో వున్న ఆధునిక వైద్దికము పట్టించుకోకున్నట్ల ఇంత దూరం పరగారి పొయ్యి నీళ్ళు సిలకరిచ్చుకొని వచ్చినా! సివరాకరకు వాడు పడిండే నిర్లచ్ఛానికి ఫలితం? మోకాలు కింద వరకూ కాలు తీసేత్తే రెండేండ్లు ఒంటి కాలితో ఇగ్గలాడి 2019లో కిడ్నీలు ఫెయిలయ్యి పుటుక్కున మాయమ్మా నాయిన కాడికి సల్లుకునిడిసప్పో...

ఎవరికెవురు ఈ లోకంలో ఎవిరికి ఎరుక ఏ దారెటు పోతుందో ఎవరినీ అడగక అన్నట్లు మన సేతిలో ఏముంటాదప్పా కాలాన్ని మించిన శక్కితీ లోకంలో ఇంగోటుండాదా కానీ మా నాయిన్నాకు సెప్పిన కతల్లో బుక్కపట్నం సెరువులో పెద్ద స్యాప సుద్దులు సెప్తానినండి మల్ల...

అశేరా

రచనా కాలం అక్టోబర్ 2019

బుక్కపట్నం సెరువులో పేద్ద స్యాప!?

బుక్కపట్నంలో వుండే కొండమింద రాయుడనే మా బందువింటికి మా నాయిన నన్నొకతూరి తోలకపాయ. నేనప్పుడు రెండో క్లాసో మూడో క్లాసు సదువుతా వుంటినేమో. అప్పుడు స్యానా కరువు కాలం గంపెండంత సంసారాన్ని నెట్టుకు రావల్లంటే సామాన్యం గాదప్పో, ఏందో గ్యాచారం బాగుండి నాలుగు సినుకులు పడి, ఎప్పుడన్నా అట్ల అర కొర పంటలు పండినప్పుడు!?

మా నాయిన గోరంట్ల, యెంగళమ్మ సెరువు, బుక్కపట్నం ఇట్లా తెల్సిన పల్లెల్లో తెలిసినోళ్ళో బందుగులో సుట్టపాతలో న్యాస్తగాల్లో మల్లి, వాల్ల కాడికి పోతే వాల్లు కూడా మా నాయిన ఒచ్చిండాడని సంబరపడి పొయ్యి, కోడి కోసి సారాయో కల్లో తాగిపిచ్చి మర్యాదలు సేసి సంచి నిండకా సెనిక్కాయిలు కందిబ్యాళ్ళు పెసులు రాగులు సద్దలు సింతకాయలు ల్యాకుంటే సింతపండు ఇచ్చి పంపింస్తాంట్రి ధర్మాత్ములు.

మా ఇంట్లో మాయమ్మ మాలచ్చిమి తల్లి మాకు రోజూ రాగి ముద్ద పెద్ద కుండకు కెలుకుతాండ్య. సద్దరొట్లు రాగిరొట్లు అప్పుడప్పుడు స్టోర్లో ఇచ్చే గోధుములు ఆడిచ్చి చపాతీలు గుడకా సేస్తాండ్య. నేనైతే సపాతీ లోకి సక్కెరేసుకొని నీళ్ళు కలుపుకొని తింటాంటి. ఇంగ జొన్న రొట్లనైతే పచ్చి దొగ్గడలో తింటాంటిమి. రాగి పిండిలో ఎర్రగడ్డలు పచ్చిమిరక్కాయల ముక్కలేసి పిసికి తట్టి రవ్వంత నూనేసి కాల్చుకొని అట్లట్లనే తింటాంటిమి.

ఇంగ సద్ద రొట్టైతే నువ్వులు సెనిగిత్తనాలు ఏసి కాల్సి పొయి గడ్డన పెట్టి గట్టిగ సేసి దాసిపెడితే! ఏడాది పొడుగునా దాసిపెట్టుకొని అప్పుడప్పుడూ దాన్ల మీదికి రవ్వంత నెయ్యో వెన్నో పూసుకొని పండ్లు నొప్పిచ్చేంత వరకూ కటుం కటుంమని నములాంటిమి. ఇంగెప్పుడైనా మాయమ్మకు గుబులు బాగుంటే సద్ద కుడుములు సేసి దాంట్లోకి తీపి పాకం సేసి తినిపిత్తాండ. అంతేనా రాగి శ్యాస్తాలు గుడకా వత్తుకుంటాంటిమి. ఇంగ సద్ద సలిబిండి సేసిండారంటే మా యింటి కాడుండే సుట్టపాతలు సుట్టుపక్కల వుండేటోల్లంతా అడిగడిగి ఇప్పిచ్చుక పోతాంౘ్రి.

ఎప్పుడైనా రేత్తిరి అన్నం వండి మిగిలి పోతే పొద్దున్నే దాంట్లోకింత సింతొక్కో ల్యాకుంటే మామిడికాయి వూరగాయో అదే లేదంటే పచ్చి గొజ్జో పిసుక్కొని తింటాంటిమి. అంత కరువులో వున్నా ఇల్లు జరిగేది కనా కట్టమైనా గుడకా ఇంట్లో ఎప్పుడూ కోళ్ళు పెంచుకుంటా వుంటాంటిమి గాబట్టి యాపొద్దూ నంజిరి తినేకి ఇబ్బంది పడలేదు. అంతేనా మా ఇంటి ముందర్నే కటిక హనుమంతు పెద్దయ్య ఆయప్ప పెళ్ళాము నర్సమ్మ పెద్దమ్మ వుంౘ్రి. వాల్లది గుడకా మా మాద్దిరే పెద్ద సంసారము. వాల్లకి మేమంటే బొలే పేనము. మా ఇంటికి రవంత దూరంలో వున్న మటన్ మార్కెట్టులో కటికనుమంతు పెద్దయ్యకు మటనంగడి వుండేది.

నిజానికి అప్పుడంతా స్యానా ఎర్రగ్గువ కాల్కు, పావలాకో అర్ధరూపాయికో మటనో తలకాయో వచ్చేది కానీ ఆ పావలాకీ పది పైసలకి గుడకా అప్పటి జనాలు స్యానా యెంపర్లాడి యెందుకు సస్తాంౘ్రో నేనప్పుడు సిన్నపిల్లోన్ని గాబట్టి అర్థమైతావుండ్లేదు? ఇంగప్పట్లో శింగనమల స్యాపలంటే స్యానా ఫేమస్సు. అదేందో మా సెర్లో స్యాపలు తక్కువ పడ్తాంౘ్రి కానీ శింగనమల సెర్లో మాత్రం స్యాపలెప్పుడూ ఐపోతానే వుండ్లేదు. యాలంటే మా సెర్లో నీళ్ళెప్పుడూ రాగుల పంట పండేకి మాత్రమే సరిపోతా వున్నెంట. మా అనంతపుర్కు సెరువుకి బుక్కరాయ సముద్రం కాడ మరవ పారినా ల్యాకుంటే తూములెత్తి నీళ్ళు పొలాలకి పెట్టుకున్యా. మరవ వంక కాడా మరవ పారినా ఆ నీళ్ళన్నీ తడకలేరులో కల్సి, అవన్నీ గుడకా మళ్లీ శింగనమల సెరువుకే సేరేవని మా నాయిన సెప్తాండ్య.

ఇంట్లో అవసరాలకి డబ్బుకి స్యానా స్యానా కట్టంగా వున్నప్పటికీ ఒకప్పుడు పాపం మాయక్కగార్లు గోరంట్లలో వున్నప్పుడు వుప్పు శనగలు తిని నీళ్ళు తాగి పడుకున్న కాలాలున్నాయని సెప్పినప్పటికీ, నేను సూసినప్పటికి మాత్రం మా ఇంట్లో ఒక్కోతూరి శనివారం గుడకా నీసొండుకొని తిన్న కాలాలు నాకు బాగా గ్నప్తికున్నాయ్... ఇంగ ఈ తిండి రంది పక్కన పెడితే మా నాయినా నేనూ బుక్కపట్నం పొయింటిమని సెప్పితి కదా, ఆడ రేత్తిరికి ఆరుబయల్లో నులక మంచం మింద నన్ను పక్కన పండేసుకొని మా నాయిన బుక్కపట్నం సెరువులో పెద్ద స్యాప కత సెప్పబట్య.

హంపీ యిజినగరం రాజుల ఏలుబడిలో వుండే మా రాయల సీమలో తొట్ట తొలుత పాలకులైన అరి అ(ర్రాయలు తమ్ముడైన బు(క్రాయలు పేరు మింద ఇంగా వూరికీ, సెరువుకీ బుక్కపట్నమని పేరొచ్చిండాదని ప్రత్యేకంగా చెప్పాల్సిన పనిల్యా అనుకుంటాను. కాకపోతే పల్లె కొంపకి పట్నమనే పేరెట్లా వొచ్చిందనే గదా మీ అనుమాన్మ, ఆ కాలానికి సుట్టుపాతల పల్లెలన్నిటికీ బుక్కపట్నమే పెద్ద యాపార కేం(ద్రమంటలేప్పో.

ఇంగా సెరువు గురించి సెప్పల్లంటే మాంచి బలంగా వుండే ఓ వస్తాదు సెరువుకి బయట తట్టున నిలబడి సిన్న గులక రాయి తీసుకొని యెంత గట్టిగా ఇసిరినా అది సెరువు కట్ట దాటి సెర్వు లోపలికి పడేది కాదని స్యానా స్యానా గనంగా సెప్తాం(డ్రి. ఇంగా సెప్పల్లంటే తిమ్మమ్మ మ(ర్రిమాను కత అందరికీ తెలిసిండేదే కదా? అప్పట్లో ఆ తిమ్మమ్మ మొగుడు బాల యీరన్న పూర్వీకులు ఈ బుక్కపట్నం నుండే గూటిబయలుకి వలస పొయ్యిండారని సెప్తారు. ఆయప్ప సిన్న వయసు లోనే కుష్టు వ్యాధొచ్చి సచ్చిపోతేనే కదా ఆయమ్మిని మంటల్లోకి తోసి ఆనెంకా దేవతని సేసిండేది.

ఇపుడా సుద్దెందుకంటే ఒకప్పుడు ఈ బుక్కపట్నం సుట్టుపాతల యిపరీతంగా కుష్టు వ్యాధుండేదని మా నాయిన సెప్తాండ! ఇంగ దాన్ని నమ్ముకొని ధర్మారం బోతే అది బుక్కుపట్నం యిడిసి కుటాగుాళ్ళ సేరుకుండనే సామెత యాలొచ్చిందో నాకు గుడకా తెలీదప్పో ఇంగ అసలు విసయానికొత్తే...

స్యానా కాలానికి ఎనిక్కి అప్పట్లో ఇంకా కరెంటు గుడకా లేని కాలంలో పట్నం జనాలంతా గూట్లో దీపం నోట్లో కబళమేసి కునుకు తీసే కాలంలో?

రేత్తిరి పూట ఇంటి ముందర కట్టేసిండే సిన్న సిన్న కోళ్ళూ కుక్కలూ గొర్లూ మ్యాకలూ కట్టేసినవి కట్టేసినట్టే మాయమై అయిపు అజా లేకుండా పోతాన్నెంట. మొదట పట్నంలోనే కన్నోల్ల సొమ్ముకి కాస్కోనుండే దొంగ నాబట్టలు తయారయ్యిండారని వాల్లీల్లని ఆడిపోసుకున్రేంట గానీ, కొన్ని దినాలు గడ్సే కొద్దీ బాగా గమనిత్తే? అట్టా మాయమైన సోట కొంచెం జొల్లు జొల్లు బురద బురద వుంటాండేది సూసి అందరూ ఆచ్చెర్ర పాయిరంట.

అసలే పొల్లా పొగలూ కాయా కట్టం సేసి నెత్తి మింద రాళ్ళు పడినా లేయని ఒళ్ళెరక్కుండా నిద్దర కమ్ముకునే జనాలు పాపం రేత్తిరి పూటెంత సేపని జాగారం సేసేకైతాది సెప్పండి! ఇట్టా ఆగకుండా కోళ్ళూ గొర్లూ కుక్కలూ మ్యాకలూ మాయమై పోతాంటే! పల్లెలో జనాలంతా ఏందో మిత్తొచ్చి మింగి పోతాంది అనుకోబట్రంట. మీసాలు తిరిగిన మొగోల్లు గుడకా రేత్తిరి పొద్దులో బయల్లో పండుకోవల్లంటే దడుసుకొని సత్తాండంట్ర.

ఇంగ సన్న పిల్లోల్లని తల్లులు యేమారకుండా పొగలు గుడకా బయిటికట్ల ఆడుకునేకి యిడ్సల్లన్నా గుడకా యెనక తొక్కుళ్ళు తొక్కుతాండ్రంట? ఇట్టైతే అయ్యే పని కాదని తలాకింత సెయ్యేస్కోని పట్నంలో బొడ్రాయి దగ్గర కొలుపులు సేసిరంట. మంత్రగాళ్ళనూ కాటికాపర్లనూ పిలిపిచ్చి వూరికీ శాంతి సేపిచ్చిరంట కానీ రేత్తిరైతానే ఠంచనుగా జీవాలు మాయమయ్యేది మాత్రం నిల్సిపోలేదంట?

మొత్తానికి వూర్లో వుండే కొంత మంది ధైర్నచ్చులు వంతులేస్కోని రేత్రిల్లు కాపలా కాయడం మొదలు పెడితే, రేత్తిరి మూడు గంట్ల పొద్దులో, సెర్లో నుండి పేద్ద రెండెద్దులంత స్యాప నింపాదిగా నీళ్ళలో నుండి బయటికొచ్చి నోట్లో నుండి సొంగ కార్సుకుంటా? ఆ చొంగలో శబ్బుదం ల్యాకుండా సిన్న పిల్లోని మాద్రి మెల్లగా నడ్సినట్ల పాక్కుంటా పట్నంలోకొచ్చి అందిండే కాడికి రెండు కోళ్ళో కుక్కలో గొర్లో మ్యాకలో పుసుక్కున నోట్లోకి యేస్కోని, సడీ సప్పుడు ల్యాకున్నెట్ల గబుక్కున మింగి, కొత్త కోడలు అత్త పోరు తట్టుకోల్యాక అర్ధరేత్తిరి కుండల్లో పడి సల్లగా మెక్కి నోరు మెదపకుండా పిల్లి మాద్దిరి జారుకున్నట్లు, అదే సొంగలోనే అట్టనే ఎనిక్కి సెర్లోకి యెల్లిపాయనంట!

అది సూసిన జనాలు కిర్లకపొయ్యి పద్దన్నే పక్కనున్న పల్లెలోల్లని అందర్నీ సాటింపేసి పిలిపిచ్చి ఏం జెయ్యల్లని మంతనాలు సేసుకొని ఆ రోజు నుండి

అందరూ కండ్లల్లో వత్తులేసుకొని కాపలా కాయబట్రంట. రెండు మూడు దినాలైనంకా ఆ స్యాప మల్లా తీరిగ్గా పట్నంలోకి పాకడం మొదలు పెట్టగానే, యిల్లు ఆ స్యాప నోట్లో నుండి కారుస్తున్న సొంగలోకి అంతకు ముందే తెచ్చిపెట్కున్న పొయ్యిల్లో బూడిద గుమ్మరిచ్చడం మొదలుబెట్రంట,

అట్లా అది పోయినట్లల్లా దాని యెనకపాతలే బూడిద పోసుకుంటా పొయ్యి దానికింగ మింగేకి యేమీ దొరక్క ఎనిక్కి తిరిగి సెర్లోకి పొయ్యేకి యత్నం సేసి బూడిదలో ముందుకు పొయ్యేకి ల్యాక! ఒడ్డున పడ్డ స్యాప కాదప్పో బూడిదలో పడ్డ స్యాప మాద్దిరి గిలగిల గిలా కొట్టుకుంటాంటే, అందిన కాడికి గొడ్డల్లు యేట కొడవళ్ళు బల్లాలు బాకులు కత్తులు ఈలపీటలు చాకులతో ఎట్ల బడితే అట్ల కసి కొద్దీ నరికి సంపి దాని నంజిరిని సుట్టుపక్కలుండే పల్లెల్లోల్లంతా పంచుకొని? బాగా పాత సింత పండేసి కొత్త కుండలో కురాకు స్యారు సేసుకొని పండగ మరసటి రోజు పార్నం మ్మాద్రి తిన్రెంటప్పో.

ఇంగేముంది కత కంచికి మనం ఇంటికి అని అందరూ అనుకున్నట్ల నేననుకోను కదప్పో. మన మొగపాత్తంలో నా సావాసగాడు నంబూరి సంద్రసేకరయ్యతో ఓతూరి స్యాపల గురించి మాట్లాడ్తాంటే, ఇట్టాంటి స్యాపలు జపాన్ సుమత్రా ఇండోనేషియా ఇలాంటి సోట ఇంగా వున్నాయనే తలికి! మా నాయిన సెప్పిన కతకీ ఈ స్యాపకీ ఏమన్న సంభందం వుండాదా అని తెగ అలోసించినాను? ఎక్కడ సుమత్రా ఇండోనేషియా ఎక్కడ జపాను అక్కడి నుండి పాక్కుంటా బుక్కపట్నం సెరువులోకి ఆ స్యాపెట్లా వుచ్చిందని మీ మాద్రే నేను గుడకా కిందా మిందా పడిండాను.....

మీలో స్యానమందికి తెలుసునో తెలీదో కానీ మా రాయల సీమ ప్రత్యేకించి అనంతపుర్మ్ జిల్లా అప్పుడిప్పుడ్డి కాదప్పో. దీనికి స్యానా స్యానా సరిత్రుండాది. ఆది మానవుడు కాపురముండే గుహలు, వాల్లు బూంచుకోండే సమాధులు ఈడెన్ని ఎదికితే అన్ని దిక్కూ దివానం ల్యాకుండా కనిపిత్తాయి. ఈడనే అనంతపుర్మ్ పక్కనే కర్నూలు జిల్లా బనగానపల్లి మండలంలో క్రిష్ణా తుంగభద్ర కాలవ కాడుండే జ్వాలాపురం అనే పల్లెలో సున్నం బట్టీలు వుండేది మీకు స్యానా మందికి తెలిసే వుంటుందప్పో. ఆడ సున్నం తయారీకి

రొవ్వంత తవ్వితే దొరికే ఇంతింత లావు తెల్లని రాళ్ళ మింద అనుమానమొచ్చి ఆస్ట్రేలియా నుండి వచ్చిన కొంత మంది శాస్త్రగ్నులు? ఆ రాళ్ళు వాల్లెనకంటి కొండోని బొయ్యి పరీక్షలు చేసి అవి అప్పుడెప్పుడో మనిషింకా జాడే లేనప్పుడు ఈ భూమ్మీద తిరగలాడిన రాక్షస బల్లుల శిలాజాలని నిర్ధారించిండారని యాదో పత్తిరీకలో సిదిగినట్టు గుర్తు!

మల్లి ఇవన్నీ ఏమై పొయ్యిండాయి, ఎట్టా ఎముకలన్నీ సున్నమై పోతాండాయంటే, అప్పుడెప్పుడో సుమత్రా ఇండొనేషియాలోని మౌంట్ టొబా అనే అగ్గి పర్వతం బద్దలై దాని వుడుకుడుకు లావా, యేడేడి బూడిది ఎగిరొచ్చి ఇక్కడి దాకా పడి అవన్నీ సచ్చి సున్నమైనాయని తెలిసిందప్పో! అంతేగాదు మా మొరుసు నాడులో స్యానా సోట్ల కొండల పైన కొనా అంచున నల్ల రాళ్ళు పేర్సినట్ల కనిపిస్తాయి ఎపుడైనా సూసిండారా? ఇంతకూ అవేంటివో తెల్సా! ఈ మౌంట్ టోబా అగ్గి పర్వతం గుగ్గినప్పుడు ఎగిరొచ్చిండే యేడేడి బూడిదే కొండ గుట్టల మీద పడి, పైనుండే చెట్టూ చేమా గడ్డీ గాదం మండి, ఆడుండే మట్టి ఒదులై క్రిందకు జారి ఆ రాళ్ళా యేడికి కమిలి మాడిపొయ్యట్లా నల్లగా మారి రాళ్ల వరసలు గుట్టలుగా తేలిండాయని మన శాత్రగ్నులే తేల్చిండారప్పో...

కావల్లంటే గూగులు తల్లినడగండి ఇంగా ఇవరంగా సెప్తాది. ఎప్పుడన్నా వానొత్తే ఆ వానలో సిన్న సిన్న స్యాపలు కప్పలక్కలు పడినట్లే, అప్పట్లో ఆ బూడిది యెగిరొచ్చినప్పుడు, ఆ బూడిదతో పాటూ ఇట్టాంటి కొన్ని జీవ జాతులు గుడకా ఈ స్యాపల మాద్రే ఎగిరొచ్చి పడిండొచ్చని ఓ అంచనాకు రావచ్చేమో? మల్లైతే మీరందరూ ఇప్పుడు అట్టాంటి స్యాపలు యెందుకు లేవని నన్ను నిలదీయొచ్చు? మాయప్పా మాస్యామే యాల జెప్పుకోవల్ల మా రాయల సీమ కనా కట్టాలు. కడుపు సించుకుంటే కాళ్ళ మింద గాదప్పో మొగం మీదనే పడతాది. ఐతే అనానుకూలంలో కానీ ల్యాకుంటే అదును తప్పి అతివృష్టి ల్యాకుంటే వ్యానాలి వ్యానక్కా వరస బెట్టి అనావృట్టి?

సూత్తాన్నే వున్నారు కదా మా సీమ కట్టాలు. వరసగా కనీసం మూడేండ్లకు ఓతూరైనా వానలు కురిసి సెర్లో అంతో ఇంతో నీళ్ళు సేరితే, ఎండిపోయిన సెర్లో నిద్రపోయిన కప్పలు మిగిలి పొయిన సేప గుడ్లు మల్లీ వుసురు పోసుకొని

బెక బెకమంటాయి. ఇట్టా నలభై యాభై యేండ్లైనా వానలు సరిగ్గా కురవక సెరువు నెర్లిచ్చి, సెర్లో మట్టీ ఇసకంతా కర్ణాటకం పాలై! మట్టంతా ఇటుకలై మొక్కలు బదులు ఇండ్లై మొలుస్తాంటే? ఇసకంతా మా నాయకం జనాలకు కాసులు ఇరగ్గురిపిస్తాంటే! ఇంగ్యాడ జీవ జాతులు ఇంగ్యాడ మా జీవితాలు బతికి బట్టకడతాయో మీరే సెప్పండప్పో...

ఐనా ఆ సచ్చి సున్నమైన రాఛ్చస బల్లులు మా రాజకీయ నాయకుల మాద్రి మల్లీ పుట్టుండాయేమో గానీ! ఎన్ని తరాలు మారినా మా నాయకులు అంతకంతకూ బలిసి పోతాండారే కానీ, ప్రజలింకా పేనాలు వుగ్గబట్టుకొని జానెడు పొట్ట కోసం అంగలారుస్తూ రెక్కల కట్టానికై యాటాటికో ఎగిరి పొయ్యే పిట్టల మాద్రి సెల్లాసెదురై పోతున్నా నిమ్మకు నీళ్ళెత్తినట్టున్న మా నాయకుల గురించి నాక్యాల గానీ మా నాయిన నాకు చెప్పిన కతల్లో రెండాణాలు కట్టు? తిరగా మెట్టితో కొట్టు! కత సెప్తా యినండి...

రచనా కాలం అక్టోబర్ 2019

రెండాణాలు కట్టు?
తిరగా మెట్టితో కొట్టు!

నాకు బుద్ధొచ్చిన కాడి నుండి మా నాయిన తెల్ల గడ్డం, అక్కడక్కడా నల్ల నల్లని మెలేసిన తెల్ల మీసాల్తో, నాలుగైదు ముడుతలు పడే పెద్ద నుదురుతో, ఎప్పుడూ వుత్సాహంగా కనిపించే చురుకైన కళ్ళతో, వెనక్కి దువ్విన పొడవాటి జుట్టుతో, ఎప్పుడూ నగునగుతాండే మొగంతో ఐదడుగులా ఏడంగుళాల పొడవుతో, పొడవుకు తగ్గ లావుతో, ఇంట్లో వున్నప్పుడు గళ్ళ లుంగీ బనీనుతో వున్నా, బయటికి యాటి కన్నా పొయ్యేతప్పుడు మాత్రం?

తెల్ల పెద్ద పంచె కట్టి, దాని మీదికి తెల్లంగీ యేస్కోని, నల్ల చలువద్దాలు పెట్టుకొని రోడ్డు మీద చేతులు కవాతులో వూపినట్ల విసా విసా నడుత్తాంటే చూసేకి! యా మిలట్రీవోడో యుద్దానికి బిరా బిరామని పరిగెత్తుతాన్నట్ల వుంటాండనంటే నమ్మండి...

సెప్పిండా కదా మా నాయినకు ఆయప్ప పద్నాలుగో పదైదు యేళ్ళప్పుడేమో పెండ్లై తిరగా సంవత్తరానికే కొడుకు పుట్టిండాడని! ఐదుగురు అక్కగార్లు ముగ్గురు అన్నగార్లకీ నేనింట్లో కడగొట్టోన్ని ఐనప్పటికీ, మా పెద్దన్నకు నాకు ఇరవై ఐదేండ్ల వారా వుండాదప్పో. ఇంగా సెప్పల్లంటే మా పెద్దన్నకు పెళ్ళై ఆయప్పకు కొడుకు పుట్టిన ఐదున్నెల్లకు నేను పుట్టీండానప్పో, అందుకే

మా నాయిన నాకంటే మా పెద్దన్న కొడుకు భాస్కర్రాయుడినే ఒక రొవ్వంత ప్రేమెక్కువ సూపిస్తాండ లేండి.

ఇదంతా యాల జెప్తాన్నానంటే, నేను సూసినప్పటికే మా నాయినకి నలభైదు యాభై మద్దెన వుంటాయ్ అనుకుంటే? ఇంగ మా నాయినకి పదిహేడు పజ్జెనిమిది యేళ్ళప్పుడు ఇంక ఎట్టుంటాడో ఒకతూరి వూహించుకోండప్పో... అప్పుడింకా తెల్ల పెద్ద పంచె అడ్డ గోసి పోసి, చొక్కా మింద ఇంగ్లీషోల్ల నల్లకోటేస్కొని, కాళ్ళకి ఆ కాలం పోలీసోల్ల మిలా మిలా మెరిసే నల్ల బూట్లేస్కొని, ఆ బూట్లకుండే లాలాలు మా నాయిన నడిసేతప్పుడు సర్ సర్ మని సప్పుడొస్తాంటే నాసామి రంగా ఆయప్ప సుట్టుపాతల సూసిండేటోల్లకి ఇంకెట్లుంటుందో ఓతూరి మీరే వూహించుకోండి మల్లి?

అట్ల ఓతూరి మా నాయిన వారం సంతకు యేవిడిదో పనిమింద పొయింటే (ఆ సంత జరిగిండేది రొద్దమా మడకశిరనా లేక అమరాపురమా అన్నది కాస్తంత డోలాయమానంగా వుండడం వలన వూరి పేరును ప్రస్తావించలేదని, అలాగే స్వాతంత్రం రాక ముందా లేక వచ్చిన తొలినాళ్ళలోనా ఈ కత జరిగిందన్నది కూడా కాస్తంత అనుమానంగానే వున్నదని గమనించగలరు) ఆకులు నాకే వానికి మూతులు నాకేవాడని? కన్నగసాట్లు పడి బేడలో ఆణాలో ఇంత పంచె ముల్లెలో ముడేసుకొని వచ్చే తిక్క జనాల దగ్గర ఎవడో?

పల్లె జనాలు సంతలో ఇన్ని సంరంభాలు తీసక పదామని ఒచ్చినోళ్ళ దగ్గర కత్తిరిస్తా కనపడితే! మా నాయిన వాన్ని పట్టుకొని నాలుగు తగిలిచ్చి ఆడనే వుండే ఓ పోలీసును పిల్చి అప్పజెప్పినంట. సెప్పిండా కదా మా తాత కొండ్రాయుడు దఫేదార్ గా వుండడం వల్ల ఆయప్పకుండే మంచి పేరు వల్లనో ఏమో, ల్యాకుంటే మా నాయిన ఆయప్ప పెద్ద కొడుకుగా వూరంతా దుందుడుకుగా తిరగడం వల్లనో తెలీదు కానీ, మా నాయినకు ఆయప్ప పేరు కంటే మా తాత కొండ్రాయుడి కొడుకుగానే వూర్లో అందరి నోళ్ళలో బాగా నానినట్టున్నాడప్పో.

ఇంగసలు యిసయానికొత్తే ఆ ముల్లెలు కత్తిరిత్తా వుండేటోన్ని మా నాయిన ఆడుండే పోలీసుకి పట్టిచ్చినాడని సెప్పితి గదా? మల్లా కొంచెం

సేసైనాకా సూత్తే ఆడు మల్లా అదే సంతలో అదే పని సేత్తా కనిపిచ్చినాడంట. మా నాయినకు కాలిపొయ్యి ఆడ్ని పట్టుకొని రెండు తీడితే, ఆడు కాళ్ళా యేళ్ళా బడి 'నేనేం సేసేదప్పా మారాయా ఆ పోలీస్యాప్పనె ఇంగా రెండు మూడు కొట్టక రాపోరా అని పంపించిండాడు' అని నెత్తీ నోరు కొట్టుకున్నెంట. మా నాయిన వాన్ని ఈడ్సక బొయ్యి ఆ పోలీస్యాప్పుని నిలదీత్తే ఆయప్ప పూటుగా నాటు సారా తాగిండాడంట? ముందూ యెనకా సూస్కోకుండా ఎవరూ ఏమన్నది గమనం ల్యాకుండా, మామూలే గదా పోలీసనే బలుపుతో సుమారుగా నోరు జారినంట!

అసలే మా నాయిన రోషగాడు పైగా మొండోడు ఎవడన్నా ఏమన్నంటే మాట బడేటోడే కాదు, ఎంత కోప్మొచ్చిందో యేమో గానీ, నూరారు మంది జనాలు తిరగలాడతాండే నట్ట నడి మద్దెన సంతలో? ఆ పోలీస్యాప్ప టోపీ కింద పడేటట్ల రెండు పీకి, కాల్లో లాలాలు కొట్టిండే పోలీసు మెట్టి పీకి! మాయప్పా మాస్యామే రపా రపామని యిడిసేది మొదలు బెట్నంట? సుట్టూ వుండే జనాలు కొంచెం సేసైనాకా, మా నాయిన ఆయప్పకు బాగా మెట్ల పరస సేసినంకా అందరూ అడ్డం దూరి ఇద్దర్నీ ఇడిపిచ్చిరంట!

ఆ పోలీస్యాప్ప టోపీ గుడకా ఇడ్సి పెట్టి టేషన్లోకి పరగారి పొయ్యి వాల్ల పై ఆఫీసరుతో లబలబ లబామని మొత్తుకున్నంట? పై ఆఫీసరమో బింకానికి కేసు పెట్టండని పురమాయిచ్చినంట గానీ, పక్కనుండే ఇతరా పోలీసు జనాలు ఆయప్ప పడే కతలు తెల్సు గాబట్టి రొవ్వంత సముదాయిచ్చి, 'యాలొచ్చిన పీకలాట జెప్పు. మన కొండ్రాయుడి కొడుకే కదా గమ్మునైపో ల్యాకుంటే ఆ పిల్లగాడసలే తలతిక్కోడు' అని సన్నగ స్యానా మాట్లు జెప్పిరంట కానీ! ఆయప్ప మాత్రం లేనే లేదు కేసు పెట్టాల్సిందే అని మంకు పట్టు పట్టినంట.

సర్లే ఈ పంచాయితీ మనక్యాలని, పోలీసు విధుల్లో వున్నప్పుడు కాకుండా సంతలో ఒకరినొకరు వుద్రేకంతో కలబడినట్లుగా కేసు రాసేసి కచ్చేరీకి పంపించి సేతులు దులుపుకొని, మా నాయిన కనిపించినప్పుడు నగుకుంటా 'యాల పెద్దోడా మొన్న మనోనికి మెట్ల పరస బాగనే సేసిండావంటనే, అయ్యిండేదేదో అయ్యిందిగానీ నీ మింద కేసు కచ్చేరికి పంపించిండారు రేపట్ల పొయ్యి ఆణానో అర్దాణానో జుల్మానా ఏత్తారు కట్టేసి రాపోప్పా' అనిసెప్పిరంట?

కచ్చేరీలో దేవరవారు 'పెద్ద కొండప్పా నువ్వు అతన్ని మెట్టితో కొట్టినావా' అని అడిగినంట? 'చిత్తం దేవరా' అని మా నాయిన తప్పొప్పుకున్నంట! అప్పుడు దేవరవారు తప్పొప్పుకున్నందుకు రెండాణాలు జుల్మానాగా విధించి, కట్టేసి పొమ్మని కేసు కొట్టేసినంట?

అంతటిదో అయిపోతే ఆయప్ప మా నాయిన్నెట్లైతాడప్పో! జుల్మానా కట్టేసి కచ్చేరి బయటకు రాంగానే మల్లా కాల్లో మేట్టూడబీకి ఆ పోలీస్యాప్ప జుట్టూడేతట్ల ఫటా ఫటామని పీకి... 'పో మల్లీ కేసు పెట్టుకో పో... పుట్టగోసాకట్ల రెండాణాలే కదా పదిసార్లైనా కట్తాను గానీ' అన్నెంట! ఆయప్ప మొగం సూపిచ్చ ల్యాక ఆ వూర్నుండి యాడికో ట్రాన్సుఫరు ఆర్డరు పెట్టుకొని యెల్లిడ్సినంట...

కత కంచికి మనం ఇంటికీ యెంత మాత్రం కానే కాదప్పో? కత మన మనసు లోకి మనం కుసింత ఆలోచనల్లోకి!

ఇక్కడ మా నాయిన ఓ పోలీసు కొడుకే అయినప్పటికీ మరో పోలీసు అవినీతిని సగించలేక, తనకు ఎటువంటి అధికారం ల్యాకపోయినా కేవలం ఒక ప్రశ్నించే సామాన్య పౌరుడిగా రెచ్చి పోయి అవతల పోలీసు బాధ్యతా రాహిత్యాన్ని ఎండగడుతూ చెయ్యి జేసుకున్నప్పటికీ?

అదేదో మా నాయిన వీరత్వమో, సమాజం పట్ల నిబద్ధతో, సమాజం లోని లోటుపాట్ల పట్ల అసహనమో తిరుగుబాటుతనమో అనే యిసయాలు పక్కన పెడితే! అసలు పోలీసులంటే అప్పటికీ ఇప్పటికీ సామాన్య ప్రజల్లో ఎందుకంత అసహ్యం చులకన అవహేళన కోపం వుక్రోశం ఇంకా చెప్పలేనన్ని అంతర్లీన భావాలెన్నెన్నో ఎందుకు వున్నాయన్నది ఒకసారి పరిశీలిస్తే?

దాదాపూ సినిమా ఇండస్ట్రీ తొలి రోజుల నుండి తీసిన అనేక సినిమా తీరుతెన్నుల్ని బాగా గమనించండి? పోలీసును హీరోగా పెట్టి ఒక్క సినిమా తీస్తే! ఇక ప్రతి సినిమాలోనూ దాదాపూ దొంగలే హీరోగా వుంటారు? ఇక విలన్లుగానో విలన్లలకు వెన్నుదన్నుగానో నిలిచే పోలీసు పాత్రలు లేని సినిమాలు అసలు వెదకడం చాలా కష్టమేమో! ఇంకా చెప్పాలంటే ఓ మెగా నాయకుడి తొలి హీరోయిజం పోలీసులను చావ బాదడంతోనే ఆరంభమైందని చెప్పచ్చేమో?

అప్పట్నుండి ఆయన చేసిన పోలీసు పాత్రలకంటే పోలీసులను చావబాదిన సినిమాలే సూపర్ డూపర్ హిట్టన్న విషయం మళ్లీ ప్రత్యేకంగా చెప్పాల్సిన పనిలేదేమో. ఇప్పుడు ఆయన నట వారసులంతా కూడా అదే పురవడిని కొనసాగిస్తూ వీలైతే వారి సినిమాల్లో పోలీసుల పాత్రలను బకరాలుగానూ బఫూన్లుగానూ ఛీత్క అదే చిత్రీకరిస్తున్నప్పటికీ ఎగబడి జనాలెందుకు చూస్తున్నారన్నది మనమేనాడైనా ఆలోచించామా!? నిజానికి ప్రజా రక్షక భట వ్యవస్థ పట్ల అసలు ప్రజల్లో ఎందుకింత ఆగ్రహావేశాలు వున్నాయన్నది ఎవరైనా నిపుణులు చేత మరింత పరిశోధిస్తే మంచిదేమో...

నా వరకూ నేను విశ్లేషించగలిగిన కారణాలేమంటే...!?

1. ~~ఈ~~ రక్షక భట వ్యవస్థ అదే పోలీస్ అనే శాఖ బ్రిటీష్ వారు ప్రవేశ పెట్టక ముందు కాకతీయుల కాలంలో గ్రామ వ్యవస్థను బలోపేతం చేయడానికై ఒక్కో గ్రామానికి రెడ్డి, కరణం, పురోహితుడు, కమ్మరి, కుమ్మరి, కంసాలి, వడ్రంగి, చాకలి, మంగళి, వెట్టి, తలారి వంటి వారిని ప్రభుత్వ వుద్యోగస్థులుగా పాలనలో భాగంగా నియమించినట్లుగా తెలుస్తోంది?

కాకతీయుల ప్రాభవం అంతరించి విజయ నగర రాజుల పరిపాలనల్లో సైతం వీరికి పెద్ద పీటున్నా, జీతాల విషయానికి ఒచ్చే సరికి కరణం వ్రాసిన లెక్కలు ఆధారంగా రెడ్డి వసూలు చేసిన శిస్తు రూపంలోని ధాన్యమే వీరికి రాన్రానూ జీతాలుగా పంచినట్లు తెలుస్తోంది. దాదాపూ పదేండ్ల క్రితం వరకూ కూడా చాకలి మంగళి కమ్మరిలాంటి వారంతా రైతు పంట పండించిన తర్వాత తమ సంవస్తర భత్యాన్ని పొందడం చాలామంది గమనించే వుంటారు! రాన్రానూ తొండ ముదిరి వూసర వెల్లి ఐనట్లు? రెడ్డి కరణాల దాష్టీకాలకు జడిసి చివరాఖరకు ప్రభుత్వాలే వీరిని వూడబీకడం తెలిసే వుంటుంది.

వీరిలో చేతి వృత్తుల వారు వారి వారి వృత్తులతో అంతో ఇంతో వుపాధి పొందుతున్నప్పటికీ ముఖ్యంగా రెంటికీ చెడ్డ రేవడిలా తయారయ్యిండేది వారిలో తలారి వెట్టి మాత్రమేనంటే ఆశ్చర్యం కలగకమానదు? తలారి అంటే అప్పటికి పోలీసుగా భావిస్తే వెట్టిని జైలర్ గా భావించవచ్చేమో! కానీ వెట్టి అనేది రెడ్డింట్లో (ఇక్కడ రెడ్డి అంటే కులానికి సంభందించిన పదం కాదు

ఒక వుద్యోగానికి సంభందించినదని గమనింపగలరు) చాకిరీకే సరిపోయి, సరికొత్తగా వెట్టిచాకిరీ అనేది పుట్టుకురావడం గమనార్హం...

ఇక బ్రిటన్ పాలకులు తొలుత పోలీసు శాఖను రెవెన్యూ డిపార్టు మెంటులో వుంచి శిస్తు వసూల్లకు వీరినే వినియోగించినట్లు తెలుస్తున్నది. పుట్టుకతో వచ్చింది పుడకలు పెట్టినా పోదని బహుశా అప్పటి వసూల్లను మరవలేని పోలీసులు ఇప్పటికీ కొంత మంది అదే దారిలో ఎందుకు నడుస్తున్నారని ప్రశ్నించుకుంటే?

2. పోలీసుల సంఖ్య ప్రజా బాహుళ్యంతో పోలిస్తే చాలా అల్పంగా వుండడం,

3. సరిపడినంత సిబ్బందిని రాష్ట్ర ప్రభుత్వాలు రిక్రూట్ చేయక పోవడం,

4. ఉన్న సిబ్బంది పెరుగుతున్న వైట్ కాలర్ నేరాలకు అనుగుణంగా పని చేయడానికై కేవలం కింద స్థాయి సిబ్బంది మీదనే ఎక్కువ వత్తిడి పెరగడం

5. శలవలు తక్కువుగా వుండడమే కాక పని వేళలు విపరీతంగా వుండడంతో పాటూ ఇతర శాఖలతో పోలిస్తే పోలీసు శాఖలో క్రింద స్థాయి సిబ్బందికి తగినంతగా జీతాలు లేకపోవడం

6. ప్రజా రక్షక భట వ్యవస్థ కాస్తా కేవలం ప్రజా నాయక రక్షక విట వ్యవస్థగా కూడా మారడం ఆందోళనకర పరిణామమే

7. అన్ని శాఖల్లో అవినీతి లంచగొండితనం వున్నప్పటికీ కేవలం పోలీసు శాఖకు మాత్రమే ఏదైనా కేసుల విషయంలో ఏడ్చుకుంటూ వెళ్ళి, పని జరుపుకోవడానికై ఏడ్చుకుంటూ లంచాలివ్వడం

8. కొన్నిసార్లు వారి పాత్ర నామ మాత్రమే ఐనప్పటికీ ప్రభుత్వాలకీ ప్రజాగ్రహాలకీ మద్యన వారు తీవ్ర నిరశన ఎదుర్కోవాల్సి రావడం

9. పై స్థాయిలో వున్న అధికారులు ఇంకా బ్రిటీష కాలం నాటి కొన్ని కట్టుబాట్లని అనధికారికంగా వారి అవసరాల మేరకు క్రింది స్థాయి సిబ్బందిని వినియోగించుకోవడం వలన వారిలో దెబ్బతింటున్న ఆత్మ గౌరవం తద్వారా నైతిక స్థైర్యం

10. వెరశి ఏదో ఒక వుద్యోగం దొరికితే చాలని సరిపెట్టుకునే యువత చాలామందిలో సహజంగా గూడు కట్టుకుని వుండే చేస్తున్న పని పట్ల లేని స్వీయ ఆత్మ సంతృప్తి, యియప్పో నాకు తెల్సినంత మటుకు కారణాలు!? ఐనా నాక్యాలొచ్చిన లంపటం గానీ మా నాయిన్నాకు సెప్పిన కతల్లో, పుట్టను తవ్వి పామును సంపిరి? కుటుంబాలన్నీ చెట్టు గుట్టల పాలైరి! అనే కత సెప్తానుండండి...

రచనా కాలం అక్టోబర్ 2019

పుట్టను తవ్వి పామును సంపిరి?
కుటుంబాలన్నీ సెట్టు గుట్ల పాలాయిరి!

సుమారుగా నలభై ఐదేళ్ళ కిందటి మాటప్పో? నాకప్పుడు యెంత లేదన్నా నాలుగైదేళ్ళు వుంటాయేమో మల్లా! మా నాయిన మాయమ్మ మా పద్దక్క నలుగురుమూ కలిసి గోరొంట్లలో వుండే మా భందుగులింటికి పొయింటిమి. పొద్దు పొద్దున్నే నేను నిద్దరా లేసీ లేస్తాన్నట్లే భందుగుల ముసిల్యాప్ప! నా నడుముకు సేంతాడు గట్టి వాళ్లింటి వసారాలోనే ఓ మూలకుండే బాయిలోకి నన్ను మెల్లిగ జారనిడిస?

తిరగా అదే తాడుకు ఓ ఇత్తలి బిందిగి దాని జతకో కొబ్బరి సిప్పంతుండే స్టీల్ సెంబోకి లోపలికిడిసె? యా కాలానికో ఆయప్పెవరో భగీరతుడంట ఆకాశంలో నుండి నీళ్ళు యెనకంటి బిల్సుకొచ్చుకున్నెంట. ఆయప్పని గినక నా మాద్రిట్లా పాతాళం అంతుండే నీళ్ళు లేని బాయి లోకి దింపిన్నింటే నా కట్టం, మా గోరొంట్లోల్ల కట్టం మొత్తం మా రాయల సీమోల్ల నీళ్ళ కట్టం అప్పుడు అందర్కీ తెలుత్తాండెనేమో!

యాడో ఓ మూలకి పది నిమిషాల కోతూరి వూరే దోసిలితో పట్టేంత నీళ్ళను ఆ స్టీల్ సెంబోకితో బిందిగి నింపల్లంటే ఇంగ ఎంతసేపు పట్టింటాదో మీరే ఆలోచించుకోండప్పా మాన్నబావుల్లారా. పక్కనే పెదింత దూరంలో సిత్రావతి యేరున్నా గుడకా ఆ గోరంట్లలో గొంతు తడుపుకోనీకి గుక్కెడు

నీళ్ళకి ఇన్ని అగసాట్లంటే ఏం జెప్పుకోవల్లలే ఇంగ మా కనా కట్టాలు? ఇద్గో మా నాయిన సెప్పిన కతల్లో పుట్టను తవ్వి పామును సంపిరి? కుటుంబాలన్నీ సెట్టు గుట్ల పాలాయిరి సుద్దులు యిన్నార్యంటే మీకే అర్థమైతాది...

చలమేపల్లి అవునప్పో ఆ పల్లినందరూ అట్టనే పిలుత్తారు. దాని అసలు పేరు చలమయ్య గారి పల్లి లేండీ, మాకల్ల గారెలు బూరెలు ఎవుర్కీ అలవాటు ల్యాక అట్టైపోయింది గానీ, గోరంట్లకు కుసింత దూరంలో కదిరి యిందూపురం పొయ్యే దావలో వుంటాదీ పల్లె. మా నాయిన మాయమ్మను వుడికిచ్చేకి చలమే పిల్లి అని ఏడిపిత్తాండ లేండి. ఇంగా పల్లి పల్లంతా యగసాయం, దానికి గావాల్సిన ఎద్దులు సంగతట్ల పక్కకు పెడితే, పాడి అంటే పాలిచ్చే పశువులు కంటే గుడకా ఆ కల్ల మేకలు పెంచుకోవడం మిందే బాగనే బతుకులు యెల్లదీస్తాన్యారు.

యాలంటే ఆ పక్కనంతా కొంచెం చిన్నదో చితకదో పల్చాని అడవుండ బట్టే, ఆకులు అలములు కాయా కసుర్లు తిని వృద్ధిలో కొచ్చేది కేవలం మేకల మందే గాబట్టి! ఆ కాలానికే గాదప్పో ఇప్పుడు బొయి సూసినా ఇప్పటికీ ఆడంతా మేకలు గాసే వాల్లే ఎక్కువ కనపడిత్తారు? ఆ పల్లిలోనే మాయమ్మ వాల్ల అమ్మా నాయిన, గంగమ్మ పెద్దెంకట్రాముడ్లు నూరేండ్ల క్రిందట కాపురముండే ఓల్లంట. వాల్లకు మాయమ్మతో కలిపి ఇద్దరు మొగపిల్లలు ఇద్దరాడపిల్లలు. ఆడపిల్లోల్లలో మాయమ్మ పెద్దది, మా పిన్నమ్మ ముద్దమ్మని యెంగళమ్మ సెరువుకి ఇచ్చింండ్రి.

ఇంగ మగ పిల్లోల్లలో మా పెద్ద మేన మామ పేరు గుడకా పెద్దెంకట్రాముడే! ఆయప్ప పెళ్ళాం పేరు అచ్చమ్మ. మా మేనమామ సేద్దానికి యెక్కొచ్చే పొద్దుకి యిల్లకి అలవి గాని మేకల గుంపున్నెంట. దాండ్లని యిల్లు ఇంట్లోకి తోలి యిల్లంతా బయట పనుకుంటా వుండ్రంట. ఇంగ పొలం పుట్రా బాగనే వుండిండినంట యిల్లకి. నిజం సెప్పల్లంటే మా నాయిన గోరొంట్లలో కాపురం పెట్టినపుడు నలుగుర్రైదుగురు బిడ్డైనా గుడకా తాగి తందనాలు ఆడుకుంటా బెంగళూరికి యిస్పేటాకులు ఆడేకి పోతాంటే.

అట్టా కాలంలో మాయన్నగారూ మాయక్కగారూ అన్నమో రామచెంద్రాని కలవరిత్తాండే పొద్దులో? మాయమ్మోల్ల అమ్మా నాయిన అట్టనే మా మేనమామ

మా కుటుంబానికి స్యానా స్యానా సెయ్యి పట్టిండారంట. ఆల్లే గనకా పొద్దులో సెయ్యి పట్టకపోతే మీరంతా పుడతానే వుండ్లేదని మాయమ్మ అనంతపుర్ములో పుట్టిండే ఐదుమందినీ కలగలిపి తిడ్తాండ లేండి, ఆ గెద్దెందుకు గానీ ఇంగ ఈ సుద్దులు సూడండి...

యిల్లకుండే పొలంలో సరిగ్గ నట్ట నడి మద్దెన పెద్ద బాయి గుంతంత యెడల్పుతో మడిసెత్తు పాము పుట్టున్నెంట. దాంట్లో రెండు సెయిబారలంత పెద్ద పాముండెనంట. మా తాత అదే మాయమ్మోల్ల నాయిన కిన్నెరని వాయిద్యము భోలే వాయిత్తాన్నెంట. ఆయప్పది వాయిత్తే అది యాడున్నా వచ్చి ఆయప్ప ముందర ఆపేంత వరకూ కొనా తోక మింద నిలబడి నాట్టెం ఆడుతాన్నెంట. యెప్పుడైనా మా తాత ఆడే పంటొచ్చే పొద్దుకు కళ్ళంలో నులక మంచం యేస్కొని పండుకుంటే, అదొచ్చి మా తాత గుండెల మీద సన్నబిల్లోని మాద్రి పడుకుంటా వున్నిందంట.

వాల్ల పొలంలో ఆ పుట్టా, దాన్లో ఆ పాము వున్నన్ని దినాలు యిల్లు సెటాకుడు ఇత్తనాలు సల్లితే పుట్టేడు తూర్పుకి యెత్తుతాంద్రంట. ఓతూరి మా మేనమామ సిత్రావతి ఆనాటికే ఎండి పొయ్యి నీళ్ళు పారక యిసక మేట్లేసి, వీల్ల బాయిల్లో గుడకా నీళ్ళు సరిగ్గా ల్యాకనో అప్పటికే అదునుకు వానలు రాకనో, వూర్లో ఎప్పుడూ ఎవరూ ఎయిని గెన్సిగడ్డలు నాటిండాడంట? సూస్తాన్నట్లే పంట పైకి బాగ ఏపుగా పెరిగినంకా? నేల్లోపల గడ్డలు బాగా వూరింటాయని పీకేకి మొదలు బెడితే, గుంజుతాంటే పై పైనున్న వుత్త యేర్లు మాత్రం వచ్చినాయంట.

యేసిన పంటంతా పాయని అంగలార్సుకుంటా కనీసం దుక్కైనా దున్ని పెట్టుకుందామని ఆయప్ప మడక కట్టి ఇంగా అట్ల రెండడుగులు ఎద్దుల్తో యేపిచ్చినాడో లేదో ఆ మడక్కి తగులుకొని సొరకాయిల మాద్దిరుండే ఇంతింత లావు గెన్సిగడ్డలు బయటకొచ్చినంట. అప్పుడెప్పుడో మిథ్యా అదే మిథిలా నగరం రాజు జనకప్ప బంగారు మడక కట్టి దున్నుతాంటే ఆయప్ప మడక్కి తగులుకొని సీతమ్మ బయటి కొచ్చింటే ఆయప్ప ఎట్లా సంతోష పడినాడో తెలీదు కానీ,

మా మేనమామ ఆనందం తట్టుకోలేక పడిండే కష్టమంతా పాయగదర అని, దింపుడు కళ్ళెం దగ్గర పాయం పెండ్లాము సెవిలో పిలుత్తానే లేసొచ్చినట్ల

కూతలు యేస్కుంటా! ఆ గెన్నిగడ్డ నెత్తి మిందికి యెత్తుకొని శివుడు పార్వతమ్మతో తాండవ మాడినట్ల ఎగురుకుంటా పల్లిలోకి పరగారి పరగారి పాయినంట. పల్లి పల్లెంతా వూరబ్బ నారబ్బ మాద్రి స్యానా స్యానా అబ్బురం ఐపాయినంట.

అట్లా జరుగుతాండే పొద్దుకి మా మేనమామకి యేం పాడు బుద్ధి పుట్టెనో ల్యాకుంటే ఎవురన్నా సుల్లు మాటలు సెవికి యెక్కించిండారో తెలీదు గానీ వద్దంటే గిమ గిమా ఇనకుండా పన్లు సేసుకునేకి అడ్డం ఒస్తాండాదని? ఆ పుట్ట తవ్వి సదును సేసి, ఆ పామును సంపి పారెక్కినంట!

అది మొదులు వాల్లకేం ధూము తగులుకున్నో యేమో గానీ పెట్టిన పంటలన్నీ కొనా మొదులుకే నట్టమంట. ఉన్నట్టుండి వాల్ల కొట్టం అంటుకొని బుగ్గై పాయినంట, మేకల మందలకి తెగులు తగులుకొని యాడ నిలబడినవి ఆడ్నే అట్టనే కిర్లుకొని సచ్చిపాయినంట. దానికి తోడు వరసగా వానలు పడక సిత్రావతి పారక బాయిలు యెండిపొయ్యి సేన్లు బీడుపడి, మా మేనమామ గంపెడంత సంసారాన్ని పిల్సుకొని కర్ణాటకం లోని వాల్లత్త గారి వూరు పావగడకు వలస పాయినంట. అదేదో సెప్పినట్ల దరిద్రుడు సముద్రంలో మునిగి లేత్తే ఆడి అరికాళ్ళు గుడకా తడస లేదన్నట్ల.

ఆనాటి కాలానికి ఆ సుట్టుపాతలంతా యిపరీతంగా సెనిక్కాయల పంట వచ్చిండే అరకొర వానలకే రైతులు బెమ్మాండంగా పండించు కుంటాంటే? ఆ యిత్తనాలు ఆడించే నూనె మిల్లులో మా మేనమామ పనికి కుదురుకుంటే, ఆయప్పకు వయసుకు ఒచ్చిండే మగ పిల్లోల్లంతా తలాకొక చిన్నా బన్నా పన్లెదుక్కొని జీవనం గుట్టుగా కొనసాగించ బట్రంట.

ఉత్తరాదిలో పండించే గోధుమలు కొనే వాల్లు ల్యాక మిగిలి పోతాంటే? ఆల్లు తెలివిగా గోధుమ రొట్లు తింటే బలం పైగా షుగరు వ్యాధి రాదని ప్రచారం చేసి! మొరుసు నాడు లోని రాయల సీమలో ముక్కెంగా ఇక్కడి బొటా బొటి నీళ్ళతో పండి అందరూ తినే పంట రాగుల్ని, తర్వాతి తరాల వాల్లెవరూ తినకోకుండా దుంప నాశినం చేసినట్ల?

ఈడ పండించే సెనిగిత్తనాల్లో అదేందో యిష పదార్థం వుండాదని, ఆ నూనె తినోటోళ్ళకి గుండె పగిలి పోతాదని యా ముండ కొడుకులు పెచారం

సేసి సచ్చినారో గానీ! ఆ మాట్లు నమ్మిడిసి జనాలంతా యేరు శనగ నూనిడిసి పెట్టి, కుసుములు పొద్దు తిరుగుడు పూలిత్తనాల నూనెను యాటాట్నించో తెప్పించుకొని తినబట్రి. దెబ్బకి వచ్చే అరా కొరా వానలకి వచ్చిన కాడికి సెట్టుకి నాలుక్కాయలొత్తే సాలని యేరుశనగ పంట మీదనే ఆధారపడి బతుకు లీడుస్తాండే మా రైతుల జీవనాలన్నీ ఇక్కడ వానలు మాయమైనట్లే వాళ్ల జీవితాల్లో ఆనందమనేదే ఆవిరైపాయ.

యా మాన్నబావుడన్నా గానీ శనక్కాయి నూనె వాడేతప్పుడు గుండెలు పగిలి యెంత మంది సచ్చిండారో, ప్రస్తుతం ఈ దినందంకా రిఫైండాయిల్లు తిని యెంత మంది గుండెలు రాయి సేస్కొని బతికి బట్ట కడతాండారో లెక్కలు సూపిత్తే, వానెమ్మ వచ్చిన పాపం రానీ గాక ఛూ వ్యానాలి వ్యానెక్కా ఆల్ల కాల్ల కింద దూరతానప్పా నేను... ఫ్చ్ ఏదైతేనేం నూనె మిల్లులన్నీ మెల్లి మెల్లిగ్ మూతబడి పాయే, మా మేనమామ పిల్లోల్లు మల్లా ఆల్ల పిల్లోల్ల పిల్లోల్లు గుడకా ఇప్పటికీ సిన్నా బన్నా పన్లు సేసుకుంటా యా పూటకా పొద్దు భత్తెం తెచ్చుకొని బతుకు లీడుస్తాన్నారంటే సూసేకి ధైర్నం ల్యాక మనసు లోనే కండ్లు ఎన్ని కన్నీల్లు కారుత్తాన్నాయో నాకు మాత్రమే తెల్సునప్పో...

మా నాయినేమో వాల్లు పుట్టను తవ్వి పామును సంపిరి? కుటుంబాలన్నీ సెట్లు గుట్ల పాలాయిరి! అని యేదో సిన్నగా తీసిపారేసినట్ల సెప్పినప్పటికీ... కర్ణుడి సావుకు యేయి కారణాలన్నట్ల, తిలా పాపం తలా పిడికెడన్నట్ల నూరారు బతుకులిట్లా తెల్లారి పాయినాయంటే స్యానా స్యానా కారణాలు వుండాయప్పో!

ముందుగా ఈ సిత్రావతి గురించి సెప్పల్లంటే ఒకప్పటి మా మొరుసు నాడు ప్రస్తుతం కర్ణాటకంలోని చిక్కబళ్ళాపురం తావుండే నంది కొండల్లో తూరుపుకి బాగా వానలు ఇరగ దంచితే ఆడ్నించి బాగేపల్లి అట్లనే ఈడ రాయల సీమలో అనంతపురం జిల్లా లోని కొడికొండ గోరంట్ల పుట్టపర్తి బుక్కపట్నం ధర్మవరం మీదుగా తాడిపత్రి పెన్నేరులో పాపాఘ్నితో కల్సి కదిరికి ఇవతల నుండి కడప జిల్లాలోని గండికోట వరకూ పారుతుండేది. ఇప్పుడేదో రాయల సీమలో అంతో ఇంతో వానలు పడుతాన్నప్పటికీ ఈ సిత్రావతీ పరివాహక ప్రాంతంలో ఇప్పటికీ సరిగ్గా వానల్లేవప్పో.

అప్పుడెప్పుడో హంపీ యిజయనగరం రాజులు అరి అత్రాయలు బుక్రాయలు కాలంలో మాన్నబావుడు చిక్కన్న వడయార్ ఈ సిత్రావతీ

పరివాహక ప్రాంతానికి అనుగునంగా సెరువులు తవ్విస్తే! తాత పున్నేన బాయి తవ్విస్తే మనవడు బూడ్సేసిండాడని? సావుతంతురం వొచ్చిన మొదట్లో ఇట్టా ఏర్లన్నీ పారే మొరుసు నాడుని అంతా ఒక రాస్ట్రం సెయ్యకుండా కుత్సిత బుద్దుల నాయకం జనాలు? ఆల్లూ ఆల్ల తరతరాల గుద్దలు భద్రం సేస్కునేటట్ల, ఎవుని షంటానికి ఎట్ల రాజీ వత్తే అట్లా ఇడగొట్టిన పాపానికి!

ఇద్గో మొరుసు నాడు లోని బాగేపల్లి సిక్కబళ్ళాపురం దొడ్డబళ్ళాపురం శ్రీనివాసపురం కోలారు కేజీయఫ్ పావగడ తుంకూరు మధుగిరి బళ్ళారి హంపీ గంగావతీ ఇట్టాంటి తెలుగు తమిళ కన్నడ మాట్లాడే జనాల్ని కర్ణాటకలో కలిపి, ఈపక్క క్రిష్ణగిరిని తమిళనాడులో కలిపి అవిటి దాని మాద్దిరి నాలుగు జిల్లాలతో బికీమని రాయల సీమ సస్తునా బతుకుదునా అన్నెట్ల ఎదురు సూపులు సూసేతట్ల ఆంధ్రా లోకి యిడగొట్టి సచ్చిండారప్పో... (తెలంగాణా ఆంధ్ర రాష్ట్రాల విభజన తర్వాత ప్రస్తుతం ఈ నాలుగు జిల్లాల్ని ఎనిమిది జిల్లాలుగా పునర్విభజించినారు)

నిజం జెప్పల్లంటే మానవ జీవనము యెప్పుడూ అనాదిగా సంచార జీవనమే? యాడ నీళ్ళుంటే ఆ తావకి ఎదుక్కొని పొయ్యి ఆడ జీవనోపాధి సేస్కునేటోడు! రాన్రానూ మడిసి ఇసిత్రంగా బావిలో కప్ప మాద్దిరి వాల్ల పూర్వీకుల లిబ్బేందో ఆడే దాసుకున్నట్ల ఒగే సోటుండి పొయ్యి? యేవిడిదన్నా గానీ తన కాళ్ళ కాడికి రావల్లనే అవలచ్చనం అబ్బ బట్టి నాశనమై పోతాన్నాడేమో అనిపిస్తాంది నాకు!

ఆ ఇంగ్లీషోళ్ళనే సూడండి, యాడాడో కొత్త తావులన్నీ యెదుక్కొని ఆడికి బొయ్యి కుసోని యాడికి పోతివి పొద్దా అన్నట్లు నిమ్మళంగా కూకుని తింటాండారా లేదా? మల్లి మన కతేంది, నిద్దర పొయినోడి పుట్టగోశి మేల్కున్నోడు పీక్కున్నట్లనే యవ్వారమా కాదా! యాడన్న ఇంత సిన్న గుడో గోపురమో కట్టుకొని హుండీ పెట్టుకొని మహత్యమూ అదీ ఇదీని నాలుగు మాటలు జెప్పుకుంటే, ఆ గుడి తావకే యాడాడ వున్నోల్లు వచ్చి తృణమో ఫణమో సమర్పించి సంతృప్తిగా పోతారేమో గానీ, రైతుల పరిత్తితి అట్టాంటిది కాదు గదప్పా!?

అనువు కాని సోట అధికులమనరాదన్నెట్లా? రైతులు గుడకా ధైర్యంగా యాడ నీళ్ళెక్కువ వుంటే ఆటికి పొయ్యి, ప్రభుత్వంతో భూములు ఇప్పించుకొని

యగసాయం జేత్తే తప్ప అలవాటైన ప్రాణం అటా ఇటా యన్నట్ల వీల్ల కుతి గుడకా తీరేతట్ల లేదు. ఐనా మన పిచ్చి గానీ ఎకరాలెకరాలు తొండలు తిరిగే కొండ గుట్టల్ని గుడకా సదును సేసి యేరే దేశాలోల్లకి లీజులకిచ్చి, ఆడుండేటోల్లకి బంట్రోతు పనులిప్పించి మురిసి పొయ్యి మురిపెం తీర్చి అదే అభివృద్ధని సంకులు గుద్దుకునే నేటి రాజకీయాల్లో? అదే భూమి అట్లనే సదును సేసి వాల్లకిచ్చే నీళ్ళే రైతులకిస్తే పంటలు పండీరా అని అడిగి నాలాంటోల్లు సెడ్డయ్యేదే తప్ప ఇంగేం లేదప్పో.

యాల జెప్తాన్నానంటే అప్పట్లో నాలుగు తరాల కిందటే పక్క రాట్టాల్లో కల్సిపొయ్యినప్పటికీ యీల్లింకా పాత సుద్దులే సెప్పుకుంటా, యిండ్లల్లో తెలుగు మాట్లాడుకుంటా ఇస్కూల్లలో కన్నడమో తమిళమో సదూకుంట, సదువు సరిగా రాక మల్లీ సిన్న సితకా పన్లకు ఎగబారి ఎల్లబారి పోతాన్నారంటే ఏం జెప్పలప్ప. భాషలను తల్లులు సేసిన తర్వాత బాగుపడింది కేవలం రంకు రాచకీయం నాయకులు బొంకు సినిమా జనాలు తప్ప మల్లెవరు లేరన్నది యీల్లింకెప్పుడు గుర్తిస్తారో యేమో. పోనీ పరభూతమైన పిల్లకాయిలకి యాడైనా సరే వాల్లకి ఇట్టమొచ్చిన భాషలో సదువు సెప్పేదేమైనా వుందా అంటే అదీ లేదు.

ప్చ్ నేనింకా పుట్టక మునుపే మాయమ్మోల్ల నాయిన కాలం తీరిపోయినా, పాపుమ్మ పదిమంది జనాలకు లేదనకుండా తిరుపానికి కూడు పెట్టిన రైతు? ముసిలి ముప్పున ఏం కట్టం ఒచ్చిండాదో యేమో ల్యాకుంటే పిల్లోల్లంతా ఇట్టా ఐపొయిండారే అనే యదారో సింతో గానీ! యానాడే గానీ ఎవిరి దగ్గర సెయి సాసి అడగని కర్ణుడట్లా రైతు, కూతురింటికి సుట్టపు సూపుగా వచ్చి బసవన్న కట్ట కాడ బీడీలకో సుట్టలకో వక్కాకుకో పొగాకుకో వాల్లీల్లని పైసా రెండు పైసలు యాచన చేస్తూ కనపడితే? అది కుద్దుగా సూసిన మా పెద్దన్న మాయమ్మకు సెప్తే, ముప్పొద్దులా దుక్కలా తింటాన్యా మా నాయిన్యాల ఇట్లా పని సేసిండాడని మాయమ్మ జగడమేస్కునే తలికి ఆయప్పింగ దావ బట్టుకొని పావగడకు పెద్ద కొడుకు కాడికి యెల్లిపాయినంట!

ఇది జరిగి యా అరవై యేళ్ళ పైమాటనో లేప్పో, మొన్నెప్పుడో ఓ నాలుగైదేళ్ళ క్రిందట బుక్రాయ సంద్రం కాడుండే యాదో పల్యాప్పకు కేరళాలో

పది లచ్ఛలు లాటరీ తగిలిండాదని, ఆయప్ప కట్టాలన్నీ తీరిండాయని ఈడ ప్యాపరోల్లందరూ అట్లే కోళ్ళై కూసిరి కానీ! యానా కొడుకన్నా గానీ ఆయప్ప ఈడ కరువుకి పన్లు ల్యాక కుటుంబంతో సగా వలసలు బొయ్యి, ఆడ గుడకా సేసేకి పన్లు సిక్కక మానం మర్యాద ఒదులుకొని జానెడు పొట్టకు పిడికెడు కూడు కోసరం బిచ్చం ఎత్తుకుంట్యాండని ఒగడన్న సెప్పింటే ఒట్టు? ప్చ్ ఆ రైతుకంటే లాటరీ తగిలి గడ్డన పడ్నాడని అనుకున్యా అట్టాంటి నూరారు జనాల రైతులు ఎంతమందిట్లా యేరే సోట్లకు పొయ్యి సెయ్యి సాచి బతికిండారోనని తల్సుకుంటేనే మీకేమో గానీ నాకు మాత్రం పై అంతా జలదరిస్తాందప్పో...

ఇంగా స్యానా స్యానా సెప్పల్లనే వుందిగానీ యాల్నో మనసు బొలే బేజారై పోతాండాదప్పో, మామూలుగా జనాల వుసురు అదీ రైతుల వుసురు పోసుకున్నోడు ఎవడూ బాగుపడ్డని ఆల్లకి ధూము తగిలి పోతారని అనడమే కానీ ఇంత వరకైతే నేను సూసిండేదే లేదప్పో? రాయల సీమలో పుట్టిన కాడి నుండి, రైతులు నాశనమై పోయిన కతలు, రైతు కుటుంబాలు దిక్కులకొకరు పాలైపోయిన కతలినీ యినీ సెవులే బండ బారి పోతాన్నాయి గానీ!

మమ్మేల్నేలే నాయకం జనాలు ఇక్కడున్న రాళ్ళూ రప్పలూ మట్టీ మన్నూ ఇసకనే కాదు సివరాఖరకు మశానంలో కంకాళాలూ కపాళాలూ కళేబరాలు కూడా వదలకుండా బొక్కి బొక్కి భోషాణాలు నింపుకొని వందా రెండొందలు కాదు కోట్లాది గొడ్లు మేస్తున్నా వీల్లని యెత్తక బొయ్యేకి ఒక్క మాంచి గాలీ వానన్నా రాకుండానే వుందప్పో... అందుకే మా కొల్లబోయిన పల్లె కతలు రాసే సడ్లపల్లి సిదంబరం పెద్దయ్య మహాభినిష్క్రమణమం (రైతు కనుమరుగు) అంటూ తేల్చేసింది వూర్కే కాదప్పో!? ఐనా నాకెందుకొచ్చిన పీకలాటగానీ మా నాయిన నాకు సెప్పిన కతల్లో అరువుల ఇల్యా మల్లక్క? తిరుపం ముద్దల బంగారక్క! అనే సుద్దులు సెప్తా యినండి మల్ల....

రచనా కాలం నవంబర్ 2019

అరువుల ఇల్మా మల్లక్క?
తిరపం ముద్దల బంగారక్క!

పొద్దుగూకులూ మా నాయిన సుద్దులు మా తాతల గెద్దులు సెప్తాన్నానని వూర్కే బేజారు సేస్కోదండప్పా సావులూ, మీతో నాక్యాల గానీ పితలాటకం ఇప్పుడు నేను సెప్తాండే గెద్ది అట్లా ఇట్లాడ్డి గాదప్పో? అప్పట్లోనే కాదు ఇప్పట్లో ఈ మద్దెనే ఓ ఇరవై యేండ్ల కిందట గుడకా వుండి ఇప్పుడు పూర్తిగా కండ్లకి కనబడకుండా పొయిన!

ఉమ్మడి కుటుంబాల్లో దాదాపూ స్యానా మట్టుకు ప్రతి కొంప లోనా ఇట్టాంటివి మీరు స్యానా స్యానానే సూసే వుంటారు లేదంటే యినింటారప్పో! కాకపోతే కాలాన్ని బట్టి సేసే పద్దతుల్లో యేమైనా తేడాలు వుంటాయేమో గానీ స్వార్ధం అనే పదానికుండే అర్థం మాత్రం మనమెన్ని జనమలెత్తినా మార్నే మారెల్లేదేమోనప్పో...

సెప్పిండా కదా మా పెద్ద తాత పేరు అప్పనప్ప? ఆయప్పకి ఒకటే ఒక కూతురు! ఆయమ్మికి పెండ్లి సేసి అల్లున్ని ఇల్లరిటం తెచ్చుకునిండ. ఇంగపోతే మా తాత కొండ్రాయుడికి ఇద్దరు మగ పిల్లోల్లు ఇద్దరు ఆడ పిల్లోల్ల ఐనెంకా మల్లా ఇంకో మగ పిల్లోడు పుట్టి మాయవ్వ సుబ్బమ్మ కాలం జేసినంట. తల్లి పాల్లేని అంత సిన్న పిల్లోనికి మా నాయిన పెద్ద కొండప్ప మా సిన్నాయన

సిన్న కొండప్ప మా మేనత్తగార్లు పెద్ద కొండమ్మ సిన్నకొండమ్మలు స్యానా సేవలు సేసిరంట గానీ ఆ పిల్లోడి పేనాలు స్యాన్నాల్లు నిలబల్లేదంట.

పెండ్లాం సచ్చిపోయిన మర్లులో మా తాత తిక్కోని మాద్రి పిల్లోల్లందర్నీ వాల్లన్న తావ అంటే మా పెద్ద తాత అప్పనప్ప కాడ మడకశిరలో ఒదిలిపెట్టి, ఆయప్ప దిక్కూ దివాణం ల్యాకుండా పోలీసుద్యోగం యెలగ బెట్టుకుంటా కంబదూరు అమరాపురం వజ్రకరూరు ఇట్టాంటి తావల డ్యూటీ సేస్కుంటా, ఇంటి కాడ కనీసం పిల్లోల్లున్నారనే నానెం గుడకా ల్యాకున్నెట్ల తిరుగుతాన్నెంట. ఇంగ మడకశిర గురించి సెప్పల్లంటే? మీకు తెల్సిందేగదా, మన కాడుండే వూరి పేర్లన్నీ ఆడుండే కొండ గుర్తుల్ని బట్టే స్యానా మట్టుకు వచ్చిండాయని! అట్లనే ఒకప్పుడీ మడకశిర కొండ, కోతి మొగమా కట్ల వుండాదని కోతి మొగం కొండూరు అనిండారో యేమో గానీ,

ఆ తర్వాతర్వాత నాజూకుదనం బెరిగి అన్నిట్లోకి సంస్కృతము దూరి, మర్కట శిర అని పెట్టినట్టుండారు! యాలంటే పక్కనే ప్రస్తుతం కర్ణాటకంలో శిరా అనే వూరుండాదని అట్ల పెట్టినారేమో, ఇంగ ఈ పక్కనే నాగుల మడుగు అని పేరినే వుంటారు, అది కాలక్రమేణా నాగుల మడకగా మారి పక్కనే వున్న కోతి మొగం కొండూరు మింద పడి మడకశిరగా మారుండచ్చని మా సడ్లపల్లి సిదంబరం పెద్దయ్య గుడకా సెప్తాండ్య? ఇంగ అసలు గెద్దిలోకి పోతే...

మా పెద్ద తాత అప్పనప్ప పెంగలాము పేరు, యాలట్ల పెంగలాము అంటాండావు ఎంతైనా మీ నాయినకు పెద్దమ్మ నీకు పెద్దవ్వని నిట్టూరం సేస్కోద్దండప్పో? యిసయమింటే మీరు గుడకా ఆయమ్మని మా పెద్ద తాతకు పెంగలామనే అంటారప్పో! ఇంతకూ ఆయమ్మ అసలు పేరేమంటే మల్లక్క? ఆయమ్మ మా పెద్ద తాత, ఇంట్లో వున్నప్పుడు తప్ప మిగతా పొద్దంతా, ఇంట్లో పిల్లోల్లున్నారు ఆల్లకి తిండేం తిప్పలేం అనుకోకుండా మగాతల్లి, సుట్టుపాతలుండే యిల్లిల్లు కాడికి పొయ్యి ఆల్ల అరుగుల మింద కూకొని ఎక్కడ పోతివి పొద్దాని అరువులు సెప్పుకుంటా కూకునేదంట! అందుకే ఆయమ్మని ఆడుండే జనాలంతా అరువుల ఇల్యా మల్లక్కని పిలుత్తాంద్రంట లేండి.

ఆయమ్మ నోరిప్పిందంటే ఇంతింత లావు మీసాలు ఇడిసిండే మా పెద్ద తాత గుడకా పొయిలో పిల్లి ముడుక్కున్నట్ల కిమ్మనకుండా ముడుక్కుంటాన్నెంట. గ్యాచారం బాల్యాక యాపొద్దన్నా ఇంట్లో ఇంత నంజిరి సార సేసిండారంటే, ఆయమ్మ కండ్లకి కనపడకున్నెట్ల వార్చిండే వొరెన్నం కింద ముక్కలు దాసి పెట్టి పిల్లోల్లకి తినిపిత్తాన్నెంట మా పెద్ద తాత, ఈ యిసయం పాపం స్యానా తూర్లు మా నాయిన నాతో గుడకా సెప్పి కండ్లమ్మట నీరు కార్పడం నేనెన్నితూర్లు సూసిండానో...

ఇంగా మా నాయిన సిన్న పిల్లోనిగా వున్నప్పుడే వాల్లమ్మ అదే మా సుబ్బమ్మవ్వ కాలం సేసిండాదని సెప్తికదా. పాత సిన్మాల్లో బాగుండే కొంపలోకి అపిటికే వుండే సూర్యకాంతం సాలక ఆయమ్మ జతకి వున్నింది నాశినం సేసేకి ఛాయాదేవి సేరినట్లా? తల సెడి మా తాతోల్ల సెల్లిలి ఒగ్యామ్మ అంటే మా నాయిన మేనత్తలేప్పో, ఆయమ్మ నలుగురు కొడుకుల్ని పిల్సుకొని మా పెద్ద తాత దగ్గిరికే మా నాయనోల్లింగా పుట్టక ముందే సేరుకొని వున్నిన్నెంట.

పాపుమ్మ మా నాయిన మా సిన్నాయన మా మేనత్తోల్లు అసలికే తల్లి లేని పిల్లోల్లు, అదీగాక మా తాత వుద్యోగం యెలగ బెట్టుకుంటా ఇంటి కాడనే వుండక పొయ్యే తలికి వాల్లకి స్యానా ఇడెంజాడీ ఐపొయ్యి, ఈ సూర్యికాంతం ఛాయాదేవి దెబ్బకు పాపుమ్మ ఎన్ని కన్నగసాట్లు పడీండారో ఇందామంటే? వాల్లలో ఒక్కరు గుడకా ల్యాకుండా అందరూ కాలం సేసిండారప్పో!

మా నాయిన వాల్ల మేనత్త పేరు అదే మా ఛాయాదేవి పేరు వెంగమ్మంట లేండి. ఇదేంది మీ పెద్ద తాత పేరేమో అప్పన్నప్ప ఆయప్ప సెల్లెలు పేరేమో వెంగమ్మ మీ తాత పేరేమో కొండ్రాయుడు ఇట్టున్నాయి పేర్లన్నీ అంటారా? మీకు తెలిందీ ఏముందప్పో దిక్కు లేనోల్లకు దేవుడే దిక్కన్నట్ల ఆ తిర్పతి యెంకట్రమన స్యామే మావోల్లందరికీ ఇంటి దేవుడు, రోజూ ఆయప్పని పొయ్యి మొక్కేకి అయ్యేల్లేదు గాబట్టి, ఆయప్పనే బుక్రాయ సంద్రం కాడుండే దేవర కొండలో సిన్న రాయొకటి పెట్టి నిత్య పూజ సేస్కున్నారు.

అందుకే ఆయప్ప పేరు మీదే మా తాతకు కొండ్రాయుడని, అట్టనే యెంకటేశ్వర సామంటేనే అప్పుల సామో ల్యాకుంటే అప్పలకే అప్పని (కన్నడ భాషలో అప్ప అంటే తండ్రి) ఆ అరదంతో పిలిసుండచ్చు లేండి. ఇంగ

వెంకన్న స్యామే వెంగమ్మగా పిల్సింటారు లేండి, ఇంగ అసలు సుద్దుల్లోకొత్తే మా నాయిన మేనత్త పేరు వెంగమ్మైతే మల్లి ఈయమ్మ పేరు తిరుపం ముద్దల బంగారక్కనే పేరెట్లా వచ్చిందనేదే గదా మీ అనుమానం? ప్చ్ సెప్తానుండండి!

కరువు అంటే అందరికీ ముందుగా పుటుక్కున నాలిక మీద కదలాడేది మా రాయల సీమే ఐనప్పటికీ మన దేశాన్ని తెల్ల దొరలు పాలించే కాలంలో గుడకా సుమారు **1770** నుండి మొన్న మొన్న **1940** వరకూ దేశాన్ని వూడ్చేసిన డొక్కల కరువు గురించి స్యానామంది ఈపాటికి మర్సి పొయ్యే వుంటారనుకుంటా? ఆ కరువును ఎదుర్కోవడానికే తెల్ల దొరలు తిండి గింజల్ని దేశంలో నాలుగు మూలలా తరలించే దానికై రైలు బండ్లు యేసిండారని కొంతమంది సరిత్రకారులు సెప్పినప్పటికీ,

మనోల్లు మాత్రం వాల్లు మన సంపదల్ని ఇంగులాండుకు ఎత్తుకెల్లే దానికే ఏస్కున్నారని మనకు నూరిపోసినప్పటికీ, యిసిత్రమేమంటే ఆ తెల్లదొరలు అప్పుడెప్పుడో యేసిపొయిన పట్టాల్ని పీకి ఎడల్పు సేసి పక్కనింగో లైనేమన్నా ఏసిండారేమో గానీ, మన నల్ల దొరలు సావుతంతురం వొచ్చాకా మన కోసం దేశంలో యేసిండే కొత్త లైన్లేమైనా వుంటే ఎవరన్నా సూపిత్తే మగదానందం పడతానప్పో. ఇంగా సెప్పల్లంటే అట్టాంటి కరువుల్ని ఎదుర్కోవడానికి మన రాయల సీమలో నాటి తెల్ల దొరలు తిండి గింజలు తెప్పిత్తే, అవి గుడకా మన పిండారీలు, పాళెగాళ్ళు కొల్లగొట్టి పేదల నోటి కాడ కూడు కొట్టల్లని సూసినోల్లేప్పో యాల జెప్పుకోవల్లలే!

హూ మనమెంత తిక్కోల్లమంటే యెనకటికి కాళిదాసు గొర్లు కాసుకుంటాంటే గొర్లు దొంగతనం సేసేటొల్లొచ్చి, ఒర్యా అబ్బీ నీ గొర్లని గద్దలెత్తుకొని పోతాండాయి సూడ్రా అప్పీ అంటే, ఆకాశానికి తలెత్తి అంగలార్సుకుంటా పరగారి పొయ్యే రకమప్పో మనము. అదేందో నెమిలి సింగాసనమూ ఇంగా పెదింత లావు వజ్జరం వాల్లెత్తక పాయిరి యీల్లెత్తక పాయిరంటే, కంటికి ఎంగిలి పూసుకొని ఏడుత్తామే గానీ, నిజ్జెంగా యానాడన్నా గానీ మనలాంటోల్లని ఆ నెమిలి సింగాసనం మీద కూకోండే మగానుబావులు యాపొద్దైనా గానీ మనల్ని ఆ సగాలకైనా రానిచ్చిండారా అనే యోచనే చేసెల్లేదప్పో.

ఆ వజ్జిరం కనీసం మనింట్లో వూర్మిండి నూరుకునేకి పనికి రాక పొయినా బొలే డప్పాలు కొట్టుకొని ముర్సిపోతాం అంతే గానీ, మన పాలకం జనాలు మనల్ని తిక్క గొర్లని సేసి మన జీవతాల్ని ఎట్లా కమ్మగా కోసుకొని కురాకు సారొండుకొని తింటాన్నారో ఒక్కర్కి గుడకా తలకాయిలో మెదిలెల్లేదప్పో. అట్టా గాబట్టే ఇప్పుడు పాలిత్తాండే మారాజులు, మనకు తెరమింద దొమ్మిరాట్లు సూపిత్తాండే పగటేశిగాళ్ళు ఆడిండేదే సరిత్రని, పాలకం జనాలు వాళ్లోళ్లకి కావాల్సినొళ్లని ఎవర్ని పొగిడ్తే ఆడే భారత రత్నన్ని నెత్తికి యెత్తుకొని కునారిల్లుతాంటాం అంతేనప్పో...

అట్టాంటి నూరారు కరువుల్లో మన మొరుసు నాడు లోని రాయల సీమలో వచ్చిండే ఈ డొక్కల కరువుకు మన పాత కాలమోల్లు అప్పట్లో సింత పిక్కలు వుడక బెట్టుకొని, ల్యాకుంటే కలబంద గుజ్జుని, అదే ల్యాకుంటే కొండ గుట్టల్లో దొరికే బలుసాకుని గ్యాదరాకుని, ఇంగా కొంతమంది ఆకిలికి తట్టుకోల్యాక మన్ను గుడకా బొక్కలాడింది సాలక ఇంగా సచ్చిపొయిన సిన్న సిన్న కసిమంత పిల్లోల్ల డొక్కల్ని గుడకా వాళ్ల పేనాలు ఉగ్గబట్టుకునేకి తిన్నారని అందరూ సెప్తాంటే యినేకే ఎట్లేట్లో బేజారై పోతాండాదప్పో...

ఇట్టాంటి పరిత్తితుల్లో అప్పట్లో తెల్ల దొరలు బీదా బిక్కీల కోసరం గంజి కేంద్రాలు గుడకా పెట్టినారని యినికిడి. మల్లి అట్లాంటి కరువే సుమారు నూరేండ్ల కిందటీ మడకశిరలో ఎప్పుడొచ్చి సచ్చినో యేమో గానీ, దరమాత్తుములు మా పెద్దతాత అప్పన్నప్ప మా తాత కొండ్రాయుడు వూర్లో తిండికి గతి ల్యాక ఎంపర్లాడ్తాండే జనాల్కింత రాగి ముద్దలు సేసి పెట్టమని, మా పెద్దవ్వ అరువుల యిల్యా మల్లక్కని, వాల్ల సెల్లిలు అదే మా నాయిన వాల్ల మేనత్త వెంగమ్మని పురమాయిచ్చిరంట.

ఇదే దొరికింది సందని మా వెంగమ్మవ్వ కసింత ముద్ద కోసరం ఎగబడే ఆడోళ్ళ దగ్గర, 'తిరపానికి తినేకి మీకు సిగ్గన్నా గాదేమే, మీ ముక్కుల్కి యాల బులాకీ. ఆ సెవులక్యాల కమ్మలు' అంటూ అదిరిచ్చి బెదిరిచ్చి ఆ రవ్వంత రాగి ముద్దకి మొగం వాసి వచ్చినోల్ల కాడుండే పై మింద పిసరంత బంగారైనా పీక్కోకుండా సంగటి బెట్టి పంపిత్తా వుండ్లేదంట. సందె పొద్దు యాలయ్యే సరికి ఆయమ్మ కాడ పావుకో సేరుకో నిండకా బంగారు కమ్మలు

ముక్కు పుడకలు తేల్తాన్నంట. అట్లై ఆయమ్మని అందరూ తిరపం ముద్దల బంగారక్కని పిలుత్తాండ్రి లేప్పా!

ఆ తిరపం ముద్దల బంగారక్క మా నాయినకింగా మంచేమి సెడేమి అని తెలీని వయసులో తినేకి తాయిలాలు పెట్టి, మా పెద్దతాత సొరుగులో బీగమేసి పెట్టిండే బంగారు మొరుగులు ఆరాలు కడియాలు మువ్వల్లాంటివి దొంగగా తెప్పిచ్చుకొని సీర కొంగులో ముడేస్కొని పోతాన్నెంట. కాలం స్యానా సెడ్డది గదప్పో? ఆయమ్మేమో పాపం మగ దిక్కు ల్యాక ఎట్ల బతకల్లనే భయంతో కావచ్చేమో, కావలసినంత భద్దరిచ్చుకొని మెల్లిగా యేరే జేరుకొని కొడుకుల్నీ బాగనే సదువిచ్చుకొని అందర్నీ ప్రయోజకుల్నీ సేసి కాలం తీరిపొయినా ఆయమ్మ పేరు మాత్రం మా యిండ్లల్లో యిప్పటికీ తిరపం ముద్దల బంగారక్కగానే నిల్సిపాయ.

ఇంగ మా అరువులు ఇల్యా మల్లక్క కతెట్టా ముగిసి పాయినంటే, మా తాతా పెద్ద తాతా ఇద్దురూ కాలం సేసినంక, అనంతపుర్మెలో కాపురముండే మా నాయిన అప్పుడప్పుడు పొయ్యి తమకు రావల్సిండే ఆస్తి బాగ పరిస్కారం సెయ్యమని గొడవ సేసి, ఇంట్లో దూర్కోనుండే ఇల్లరిటపు అల్లున్ని మీరు బిరిక్కిన కట్ట ఖాలీ సెయ్యండి, ఈ ఇల్లు మాది అని బెదిరిచ్చి నేను పలానా దినమొత్తాను, ఆ పొద్దు గనక మాయమ్మవి నగా నట్రా మా నాయనకు రావాల్సిన పొలం పుట్రా లెక్క సూపీక పోతే మీ కతుంటాదని బెదిరిచ్చి వచ్చినాడంట.

ఇంగ మా అరువుల ఇల్యా మల్లక్కకు యాడ లేని దిగులు పట్టుకొనింది. యీ పెద్ద కొండిగాడు అసలే మొండోడు, తెగిచ్చినాడంటే ఏమన్నా సేత్తాడు అని బెదురుకొని, అప్పట్లో ఆ పాత కాలం కొంపల్లో ఇండ్లల్లో కింద మట్టి మీదింత పేడ అలుక్కొని కాపురాలు సేసినోల్లో కదా, అట్టాంటి సోట సిన్న సిన్న గిద్దిల్లో అయిన పొయిన బంగారమంతా బూడ్సి పెట్టిన్నంట మాయమ్మ మాతల్లి. అవన్నీ బయటకు దీసి ఇరుగు పొరుగూ కాడికి పొయ్యి 'అయ్యో మగ దిక్కు లేని సంసారమమ్మా మా పెద్ద కొండిగాడు వుత్త రౌడీ నాబట్ట వాడొచ్చి పొయ్యే వరకట్ల ఇవన్నీ మీ ఇండ్లల్లో దాపెట్టుకోండమ్మా' అని అందరికీ అవీ ఇవీ అయిన పొయిన బంగారమంతా పంచొచ్చినంట. అయినాత్లైన్ది

ఇంకోటేమంటే? మా యింట్లో అప్పట్లోనే నోములని వ్రతం సేస్తాంద్రంటప్పో. దాని కోసరమని సేపిచ్చిండే కేదారేశ్వరో ల్యాకుంటే లచ్చిమీ యిగ్రగమో సుమారు రెండు మూడు కేజీల తూకముండే బంగారుది కొండోని బొయ్యి ఇట్లనే ఎవరింట్లోనో పెట్టేసి వచ్చిన్నంట!

మా నాయినేమో తిక్కోని మాద్రి వూర్కే ఆవేశ పడుకుంటా పోతే ఆడేంటివి వున్నాయని గనక! అన్నీ పాత ఇత్తిలి రాగి సామాన్లు, మా తాతల్ది ఈజీ చెయిరూ, వంశ పారెంపర్యంగా వచ్చిండే కత్తులు కటార్లు ఎత్తుకొని, ఆయమ్మని నానా తిట్లు తిట్టి బికీమని ఎనిక్కి తిరిగొచ్చిండాడు. రెండు మూడు దినాలైనంకా మా నాయిన సల్లబడ్డాడులే అన్జెప్పి, ఆయమ్మ ఎవరెవరికి ఇచ్చిండాదో అందరి దగ్గరికి పొయ్యి తన సొమ్ము ఎనిక్కిమ్మంటే? దాదాపూ సగానికి పైగా జనాలు వాళ్లంతా మాకెప్పుడు యిచ్చిండావని ఎనిక్కి తిరుక్కుంద్రంట. (వెనక్కు తీసుకొని మా నాయిన మళ్లీ రాకుండా అలా చెప్పినా ఆశ్చర్యం లేదప్పో) ఇంగ ఆ బంగారు ఇగ్రగం పెట్టుకున్నోళ్లైతే అయిపూ అజా ల్యాకుండా యాటికో వూరే ఇడిసి ఎల్లిపాయిరంట.

దెబ్బకు మా అరువుల ఇల్యా మల్లక్కకి పచ్చవాతమొచ్చి కాలు సెయ్యీ పడి పొయ్యి నెత్తీ నోరు కొట్టుకుంటా లబలబమని మంచంలో వుండి సచ్చిపోతే మా నాయినే పొయ్యి దర్మంగా ఎత్తేసొచ్చినంట. ఆయమ్మ కూతురి సంతానమిప్పుడు మూడో తరమో నాలుగో తరమో గానీ మన పెనుగొండ తావుండే గుట్టూర్లో వుండారని అయిన పొయినోళ్లెవరో సెప్తే ఇనిండేదే గానీ నేను మాత్తరం నా కండ్లతో యాపొద్దే గానీ వాళ్లనే సూసే వుండ్లేదప్పో. ఇదప్పా మా అరువుల ఇల్యా మల్లక్క? తిరపం ముద్దల బంగారక్క కత!

సివరగా ఓ మాటప్పో? మా నాయిన బాగానికి మాకు రావాల్సిండే మా సుబ్బమ్మవ్వ రెండు వారాల నగలు మా వరకూ రానందుకో, వంశ పారంపర్యంగా వస్తాండే బంగారిగ్రగం మా సేతుల్కి సిక్కకుండా పరుల పాలై పాయినందుకో, మూన్నెల్లో ఆరెన్నెల్లో ఆపకుండా మడిసికో ముద్ద పంచేంత, పంటలు పండే ఎకరాలెకరాల పొలం పుట్రా ఏమైపాయినాయో గుడకా మాకు తెలీనందుకో, నగా నట్రా ఇల్లూ గిల్లూ మా భాగానికి రాకుండా పాయినందుకో, అవున్నుంటే మా జీవితాలీ పొద్దు ఇంగెట్ల వుంటాంటిమో

గదా అనే సిన్న బాద యా మూల్నో వున్నప్పటికీ,

మేం తొమ్మిది మంది అన్నదమ్ములం అక్కాసెల్లెల్లమ్ ఒకరిద్దరు తప్ప మిగతా వాల్లంతా ఇప్పటికీ బొటాబొటి బతుకులు ఈడుస్తా వున్నప్పటికీ! పెద్దగా భాద లేదు గానీ? సీమలో వచ్చిండే డొక్కల కరువుకి డొక్కలు ఎగరేస్కుంటా పిడికెడంత రాగి సంగటి కోసరం సెవుల్లో బులాకీలు ముక్కునత్తులు మా అరువుల ఇల్యా మల్లక్క తిరపం ముద్దల బంగారక్కల మొగాన ఇసిరేసి పొయిండే ఒక్కొక్క జనం గుర్తుకొత్తాంటే!

ఎవరి కతేమో గానీ నాకు మాత్రం రాగి ముద్ద గొంతులో దిగేతప్పుడు ఇరుక్కున్నట్లు ఐతాదప్పో... అదాల్నో గానీ మా యింటి నుండి పొయిండే ఆడ పిల్లోల్లు మెట్టినింట్లో కనాకట్టాలు పడతాంటే, మాయింటి కొచ్చిండే మారానుల్తో మేం యెన్ని కన్నసగసాట్లు పడింది యెన్నని సెప్పుకునేకి ఐతాది లేప్పో అదేందో సెప్పినట్ల కడుపు సించుకుంటే కాల్ల మింద పడినట్లైతాది మా బండవాలమంతా...

నాకొగటి మాత్తరం బాగా అర్దమయ్యిండాదప్పో! అదేందంటే ఈ ఓల్ మొత్త పెపంచికంలో యా మూల యా దేశానికి సిన్న కట్టమో నట్టమో వచ్చినా అది తప్పకుండా ఈ బూమ్మీదుండే అందరి జనాల మింద అంతో ఇంతో గ్యారెంటీగా పడుతుందనే నాకు అనిపిచ్చినప్పటికీ? ఇంగ ఈ సుద్దులు ఇడ్సిపెట్టి పల్లె కొంపల్లో అప్పట్లో అందరూ ఏగిండే? ఆడోల్లకు మాత్తరమే పట్టే దెయ్యాల గెద్దులు అన్నీ సుల్లులే ఐనప్పటికీ ఒగటి సెప్తానుండండి...

రచనా కాలం నవంబర్ 2019

యాడ సూడూ దెయ్యాలే దెయ్యాలు?
ఓటి కూతలు సుల్లులు ఒట్టి భయాలు!

సెప్పిండా కదా మా నాయిన కుట్టు మిసనేస్కోని గుడ్డ పేలికలు కుడ్తాండనని. మొదట్లో పోలీసు డ్రెస్సులు కుట్టే చోట కొలతలు తీస్కోని కత్తిరిచ్చే వాడిగా పని సేసినా, మల్లీ ఒగరి కింద యెన్నాల్లని పని సేసేదని అనుకున్నాడో యేమో గానీ ఆనెంకా తనే ఇంట్లో సొతంత్రంగా పని సేస్కుంటాండ. ఇంగ ఇంట్లో మాయక్కగారూ మా మూడో అన్నా గుడకా మా నాయిన సేతి కిందనే సిన్నా బన్నా పన్లు సేసిస్తాండ్రి.

నేను కొంచెం పెద్దగైనంకా కాజాలు హుక్సులు ఇస్త్రీ చేసిస్తాంటి, మరీ సిన్నప్పుడైతే మా నాయినకి కాళ్ళు నొప్పిత్తాన్నాయంటే ఆ కుట్టు మిసను ఈ పక్కన నిలబడి నేనే సలీసుగా తొక్కుతాంటి. రైకలు కుట్టేదాంట్లో మా నాయిన స్యానా సెయి తిరిగినోడని వాల్లూ వీల్లూ ఇంగా అదే పని సేత్తాండే మాయన్నతో ఇపిటికీ సెప్తానే వుంటారంటే ఆయప్ప అప్పట్లో ఎంత మాత్రము పనితనం వున్నోడో మీరే యోచన చేస్కోండి మల్ల.

పండగో పబ్బమో ముగుర్తాలో పెండ్లిండ్లో వత్తే సేసుకునేకి సేతి నిండా పనుంటాండనేమో గానీ, సేతికి అంత పని లేని టయిములో పొద్దింగా మునుగుతాన్నట్లే కుట్టు మిషను దిగి! వారంలో రెండు మూడు తూర్లైనా

అప్పట్లో కాంగిరేసు పరభూతవమే నడిపే సారాయంగట్లో తల్లీ పిల్లా అంటే ఓ సిన్న బుడ్డీ ఓ పెద్దబుడ్డీ సారాయి, గలాసులో నాతో తెప్పిచ్చుకొని,

ఇంట్లోనే వుండే ఇంత కోడి గుడ్డో నంజిరి స్యారో అదీ లేదంటే మా ఎదురింట్లో వుండే కటికి నర్సమ్మ పెద్దమ్మ పంపించిండే నరిడి కారమో, తలకాయి బుట్ట కూరో నంజుకుంటా తాగేసి, మేమందరూ బువ్వలు తిన్నాకా అందర్నీ ఒక తావ కుసోన బెట్టుకోనింక దెయ్యాల గెద్దులు వద్దని నిద్రపొయ్యే దంకా యిడ్సిపెట్టకుండా సెప్తాండ! నాకు గుర్తుండే రెండు మూడు సుద్దులు సెప్తానినండి మల్లా...

అప్పుడెప్పుడో తెల్ల దొరల కాలానికి మా తాత కొండ్రాయుడు కంబదూరు పోలీస్ టేషనులో వుద్యోగం యెలగబెడతాన్నంట లేండి. ఇంగ ఈ కంబదూరు కత సెప్పల్లంటే అంతా ఇంతా కాదప్పో! ఈ వూరట్టా ఇట్టాది కాదు? ఈ కంబదూరు కాడనే వుండే రామప్ప కొండ, అందేపల్లిలో అప్పుడెప్పుడో యా కాలానికో భూమి పుట్టిండే పొద్దులో తిరగలాడిండే పాత రాతి కొత్త రాతి కాలం మడుసుల సమాధులీడ యెన్ని గావల్సింటే అన్ని కనపడిస్తాయప్పో.

మరీ ముక్కెంగా సెప్పుకోవాల్సింది ఈడుండే కంబదూరు సెరువు గురించి. ఈ సెరువు సన్నా బన్నది గాదు, దీన్ని ఎనిమిదో శతాబ్దంలోనే నొళంబ పల్లవులనేటోల్లు మరమ్మత్తులు సేసినట్ల పెదింత రాయి మింద అచ్చరాలు పొడిపిచ్చిండారంట. ఈ కంబదూరుకు సుట్టుపాతలుండే అమరాపురం హేమావతి కుందిర్పి యియన్నీ ఒగప్పుడు పెద్ద పెద్ద జైన మునులుండే సోటంట. ఇంగా సెప్పల్లంటే ఆ కాలానికి శైవం జైనం కలగలపి వున్న పొద్దులో రాన్రానూ జైనం తగ్గిపొయ్యి రాజులు ప్రజలు శైవం బాట పట్టే పొద్దుకి, పదకొండో శతాబ్దంలో కళ్యాణీ చాళుక్యులనేటోల్లు ఈ కంబదూరులో మల్లేశ్వర సామి గుడిని ఇంతలావు పెదింతెడల్పుతో నల్ల రాళ్ళు సక్కంగ సెక్కిచ్చి కట్టిచ్చినారప్పో. పద్నాలుగో శతాబ్దంలో సంగమ వంశానికి సెందిన హంపీ యిజినగరం రాజులు గుడకా ఈడ రెండు మూడు జైన మందిరాలు కట్టిచ్చిండేటి వుండాయి. రాన్రానూ ఈడ జైనం పూర్తిగా కనుమరుగై పొయ్యి శైవం ఆకాశానికి లేసి, పోను పోనూ సాళువ వంశమొల్ల పొద్దుకి సాలిచ్చుకొని

తుళు వంశమొల్ల పొద్దుకి పాతాళానికి పడిపొయ్యి వైష్ణవం లేసి కుసున్నంట లేండి.

ఇప్పుడయన్నీ యాల గానీ ఈ కంబదూరుకు గుద్దమోటు దూరంలోనే కర్నాటకం వుండాదని అందరికీ తెలిసిందే గదా. ఇంగ కంబద వూరు అంటే నిగనిగా మెరిసే నిలువు రాళ్ళ స్థంభాలు నిలబెట్టిండే సోటు, ల్యాకుంటే ఆ మల్లేశప్ప గుడిలో నెత్తి మింద గుళ్ళో పైకప్పుకి మన దచ్చిన భారతం లోనే అతి పెద్ద పద్మాన్ని సెక్కిండే దాన్ని బట్టి కంబదూరని పేరొచ్చిండాదని గుడకా సెప్తారు!

ఇదేందిది దెయ్యాల సుద్దులిడిసి పేట్టి దేవుళ్ళ గెద్దులు సెప్తాన్నానని బేజారు సేసుకోందండప్పా, మీకు తెలీందేముంది దేవుడుంటేనే గదా దెయ్యాలు గుడకా వుండేది, అందుకే ఈ గెద్దంతా సెప్పిండా ఇప్పుడా దెయ్యాల సుద్దులు సెప్తా ఇనుకోండ్రి మల్ల... అదేం యిచిత్రమోగానీ ఆ శివప్పను యాలన్నా మశానంలోకి దొబ్బిండారో యేమో గానీ ఆయప్ప సుట్టపాతలంతా రకరకాల దెయ్యాల్ని భూతాల్ని పిశాచాల్ని బెమ్మ రాచ్చసుల్ని యెనకంటి తగల కట్టిండారు పాప్మా.

ఇంగ యాడాడ ఆయప్పకు పూజలు సేసేటొల్లున్నారో ఆడంతా గుడకా సెప్పలేనన్ని మూఢ నమ్మకాలతో అట్లా ఇట్లా కాదప్పో చీమ కుట్టినా గుడకా శివయ్యే సెప్పినాడని ఆనంద పడతారు ఔనా గాదా మల్ల. ఇంగ అవి యెట్టాంటివంటే సతీ సగమనం లింగ పూజలూ యోని పూజలూ రెండూ కలగలపిన పూజలూ శివయ్య కాడికి సేరుకునేకి తలలు నరుక్కోవడాలు, ఆయప్పెవరో పరమబత్త యెర్రి అదే శిర్రియాళుడంట! శివబత్తుని కడుపు నింపే కోసరమని సద్యా కనిండే కొడుకునే కసిన్నంత కందమ్మని కసా బిసా కోసి ఉప్పూ కారం పూసి కూరొండి పెట్టిండాడంట.

ఇప్పుడాడంతా పరిత్తితి యెట్లుందో గానీ ఇంగా సెప్పల్లంటే మా సిన్నప్పుడీ తావల్లో ఎవరిండ్లలోనన్నా ఇంత పిడసన్నం తినాలన్న గుడకా జడుసుకొని సస్తాంద్రి జనాలంతా. అదేందో మందు పెడితే మడిసి మర్లు కమ్మి పోతాడని మడకశిర రోళ్ళ అగిళి ఈ సుట్టుపాతలుండే జనాలంత అల్లాడి ఆకులు మేస్తాంద్రప్పో. కరువు దెబ్బకి ఎవరొచ్చి కొంప మీద పడతారోనని ఇట్టాంటి

సొల్లు కూతలు వాగిండారో యేమో గానీ ఇంగోటి గుడకా సెప్తాను యినండి మల్ల.

యెనకటిక్యా కాలానికో ఒక సోట సేన్లో ఒకాయప్ప ఎద్దును పట్టుకొని పని సేత్తాంటే పిడుగు పడి ఆ ఎద్దు ఇయ్యప్పా ఆడ్నే అట్టే సచ్చిపాయిరంట. ఆ వూల్లో జనాలాడ్నే గుంత తీసి ఆ ఎద్దును ఆయప్పను దాంట్లో పారెక్కి పైనింతలావు బండేసి ఆ సంగతే మర్సిపాయిరంట. మల్లా అట్ల కొన్నాల్లు గడిసినంక ఎవురో ఇట్లనే ఆడ పొలం పన్లు జేసుకుంటాంటే? ఆ బండ అడ్డం వొస్తాండాదని పక్కకి యెల్లేద్దామని ఎత్తి సూసి, వూరు వూరంతా ఆ బండకి సాట్టాంగ పడి పొర్లు దండాలు సేసేది మొదలు బెట్రంట! అసలు ఏమైండాదంటే ఆ బండేందో స్యానా మెతువుది వున్నట్లుండాది. ఆ బండకు ఆ సచ్చిపొయిండే ఎద్దు తలకాయి వొత్తుకొని, ఎవ్వరో బొమ్మ సెక్కినట్ల ఆ ఎద్దు తలకాయి అచ్చు ఆ బండ మీద ముద్దర పడి సచ్చినాది లేండి.

ఇంగ యాల జెప్తావ్ లేప్పో పాపుమ్మ మనోల్ల నగుబాట్లు. ఇప్పుడా బండకి పెద్ద గుడి కట్టి వచ్చే జనాలు పొయ్యే జనాల్తో తిక్క తిరుణాల్ల మాద్రుండాది. ఇప్పుడాడ ఓ మఠం గుడకా పెట్టిండారు!? ఇంతకూ ఆ వూరి పేరు సెప్పలేదంటారా అదేంది అదేనప్పా కట్టే బసవేశ్వర చేత్తరమంటప్పో. ఎట్లైట్లనో ఆ ఎద్దు మొగం మాత్తరమే పడీండాది గాబట్టి సరిపోయింది! పొరబాట్న గినకా ఆ మడిసి మొగంగినా ముద్దర బడుంటే యింగ్యాడ్డి కాల బైరవుడు ఎలిసిండాడని టముకు యేస్తాంద్రేమో పో!?

యేందిది బగసీనం కంబదూరు యిడిసిపెట్టి యాటాటికో బోతాండావని బేజారు సేసుకోదండప్పో, ఇగో ఇప్పుడు సత్తె పెమానికంగా దెయ్యాల కతే సెప్తాండా ఇనుకోండి మల్ల, సెప్పిండా గదా మా తాత కొండల్రాయుడు ఈ కంబదూరు పోలీస్ టేషన్లోనే కొంతకాలం పని సేసిండాడని. ఇంగ ఈ టేషన్లో సందె పొద్దు మునిగి రేత్తిరి అయ్యిందంటే? కొమ్ములు తిరిగిండే మొనగాల్లాంటి మొగోల్లైనా జెమాజెట్టీల్లాంటి పోలీసోల్లు గుడకా ఎంత జీతమిచ్చినా వుండేల్లేదని వురికి వుచ్చలు పోసుకుంటాంద్రంట!

యాలంటే రేత్తిరైతానే ఓ పొద్దులో నా సామి రంగా నరమానవుడైనా లేని సోటు నుండి వున్నట్టుండి టప టప టపామని ఒగటే ఇదిగా ఇడ్సకోకుండా

పెదింత సేపు వడగండ్లు గదా పడినెట్ల టేషను మిందికి రాళ్ళ వాన ఒగతాయంగా పడతా వుండ్లేదంట! ఆ దెబ్బకు యాడోల్లాడ వుండే తావులిడిసి వూర్లోకి పరగారి పోతాం(డ్రంట? అంతేనా పొరబాట్న ఎవిరికన్నా తెలీక గినక రేత్తిరి పొద్దులో ఆ టేషన్లో గినక పనుకున్యారంటే? తెల్లగ తెల్లారే పొద్దుకి వాల్లు ముడుక్కోండే నాలుగుకోళ్ళ నవారు మంచం వూర్లో యా తావనో తేల్తాన్నంట! అట్టాంటి సోట మా తాత కొండ(ల్రాయుడు ధైర్నంగా రేత్తిరి డ్యూటీలు యేయించుకొని మరీ పోతాన్నెంట...

ఇంగ మా రాయల సీమలో అదీ ప్రత్యేకించి అనంతపురం జిల్లా స్యానా స్యానా పెద్దదని మీకు తెల్సిండేదే గదా. సెప్పిండా కదా ఈడ తొలినాల్లల్లో రాతి మానవుడు సంచరించిన ఆనవాల్లు సిక్కాబట్టా వుండాయని. నిజం సెప్పల్లంటే మడుసులకి యగసాయం కంటే ముందు నుండీ తెలిసింది పసలు మచ్చిక జేసి మేపుకోవడమే, ఈడ లెక్కలేనన్ని జనాలు గొర్లు మేపుకొని బతికేదే ఒకప్పుడు స్యానా పెద్ద జీవనమప్పో. ఇంగ వాల్లల్లో సెప్పల్లంటే ఎన్ని మూఢ నమ్మకాలున్నాయో రాసుకుంటా కుసుంటే అదే పెద్ద బాగోతం ఐతాది గానీ అసలు సుద్దులు సెప్తానుండండి.

ఈడ ఒకప్పుడు ఎక్కువుగా ఒకప్పుడు నల్ల గొ(ర్రెలే వుండేటివంటప్పో. అట్లై ఆ నల్ల గొర్లు కాసేటొల్లని క(ర్రి గొర్లోల్లు అని పిలుత్తాం(డ్రంట. ఆల్లే కాలం గడిసే కొద్దీ క(ర్రి గొల్లోల్లు కరిడి గొల్లోల్లు అయ్యిండారని మా సద్లపలె సిదంబరం బెద్దయ్య మాతో ఎన్నో సార్లు గునిసిండాడు. ఈ గొర్లోల్ల తావున ఆ గొ(ర్రె బొచ్చె దెచ్చుకొని కంబళ్ళు నేసేవాళ్ళని కురి అంటే కన్నడ బాసలో గొ(ర్రె పిల్లన్న మాట, అట్లై ఈల్లని కురివోల్లు కురవోల్లు కురబోల్లు కురమోల్లు అని పిలుత్తాం(డ్రంట. మొదట్లో ఈల్లు ఒగిటిగానే ఆల్లలో ఆల్లు సంబందాలు కలుపుకుంటా వున్యా రా(న్రాను తలాగొక దేవున్ని తగులు కొని ఒగర్లో ఒగరు ల్యాకుండా అయిపొయిండారప్పో.

యాపొద్దో యాడికో డ్యూటీకి పొయ్యి కాలి నడకన మా తాత కొండ(ల్రాయుడు ఆయప్ప జతకో (ప్రాయం పిల్లోడు ఫక్కురుద్దీన్ అనే ఇంగో పిల్ల పోలీస్యాప్పతో కల్సి దావ బట్టుకొని కాళ్ళీడ్సుకుంటా చిమ్మ చీకట్లో అడివి దారిలో వస్తాం(డంట? ఆ కాలానికి కరెంటా పాడా, టార్చిలైట్లు గుడకా

వుండేటివి కాదు గదప్పో! అదేందో పోలీసొల్ల నడుముకు కట్టుకునే బెల్టుకు తగిలించుకునే సిన్నపాటి వత్తి యెలిగించి పెట్టుకునే భూతద్దం బుడ్డీ ఒకటి వుండిండనేమో వాల్ల దగ్గరంతే. అట్లా వొస్తాంటే ఆ ఫక్కురుద్దీన్ అనే ఆయప్పకి ఓ సిన్న నల్ల గొర్రిపిల్ల మందలో తప్పొయ్ కనిపిచ్చినంట. ఆయప్ప వుండబట్లేక రాయుడు సార్ న్యాత గొర్రిపిల్ల పట్టకపదాం పాప్పో. రాత్రికి టేషనులో ఇరగ దీసుకోచ్చని భ్రమసినాడంట. మా తాత ఆయప్పకి వూర్కే వుండే పేనానికి వుప్పు రాయాల లేప్పొ పొదాంరా అని ఎంత సెప్పినా ఇనకుండా ఆ నల్ల గొర్రిపిల్లని భుజానికి యెత్తుకోని వుషారుగా నడ్సేకి మొదలు బెట్నంట,

రేతిరికి నాక్కోబోయే నంజిరి స్యారు నమిలి తినే షియ్యలు తల్సుకుంటా బో పెచ్చులు బోతా కుశ్యాలు పడుకుంటా నడిసే కొద్దీ, రాన్రానూ రెండు మూడు కేజీలు గుడకా లేని ఆ గొర్రెపిల్ల యిపరీతంగా బరువు తూగేది అంతకంతకూ పెరిగి పోతాంటే, ఫక్కురుద్దీనప్పకి అడుగు తీసి అడుగేయలన్నా స్యానా స్యానా కట్టమై పొయ్యి, యెవురో గొంతు బిగిచ్చినట్లైపొయ్యి వూపిరి తీసుకునేది గుడకా కనాకట్టమై పొయ్యి, ఓన్నో రాయుడన్నో అని అరుద్దామన్నా గుడకా నోట్లో నుండి గురక తప్ప మరేం స్యాత కాలేదంట? ముందు నడుత్తాండే మా తాత యాల్నో యెనకపొట్న యియ్యప్ప పరిత్తితి సూసి వున్నపాటునా గొర్రిపిల్లను ఆయప్ప భుజాల మీద నుండి యెల్నూకి, ఆయప్పని బిరబిర నూక్కబాయినంట. దాంతో ఆయప్ప ఓ పద్దినాలు భయపడి జెరం తెచ్చుకొని మంచం మింద నుండి కిందకు దిగలేదంట లేప్పో.

ఇంతకూ నల్ల గొర్రేంది అది దెయ్యం గావడమేందని మీకు గుడకా యాడ్నో కొడతాంది కదా? సెప్పిండా గదప్పో డొక్కల కరువు దెబ్బకి కుదేలై పొయిండే బతుకులు మావి, యాల పొద్దుకి ఎవరిండ్లకి ఎవరింత వుడికిన ముద్ద తినేకోస్తారో యేం పాడో అని మందులు మాకులూ అని కతలు అల్లినట్లే, ఈడ ఈ పొద్దుకీ అలవిగాని గొర్ల దొంగలప్పో, పగలంతా ఎండల్యా వానల్యా సల్యా నీడల్యా కూడుల్యా కురాకుల్యా పొల్లా పొగలూ గొర్ల కడుపులకి ఇంత గరిక దొరికితే సాల్రా భగవంతా అనుకుంటా నడ్సి నడ్సి అల్సిపోయిన బతుకులు, కనీసం కంటి మిందికి పెదింత సేపు కునుకు ల్యాకుండా కాపు కాసినా?

కను రెప్పల్కి తెలీకుండా కండ్లు దెంక బొయ్యే పిండారీలూ, పాళేగాండ్ల మడుసులు యెక్కువప్పో యీడ, అందుకే ఈన గాచి నక్కల పాలెందుకు జెయ్యల్లని ఇట్టాంటి కతలు పాకిచ్చింటార్లేప్పో. అట్లన్నా బయపడి జనాలు ఇంగోరి నోట్లోకి మన్ను కొట్టకుండా వుంటారని యాడో ఇంత దూరాశలేప్పో అంతే...

సివర్నో అసలైన యిసయం జెప్పల్లప్పో? ఈ మద్దెన యా తావల సూద్దామన్నా కంటికి నల్ల గొర్రెలు కనపడీకుండా ఐపోతాన్నాయని నేను స్యానా యోచన జేసిండానప్పో? ఇంతకు ముందు గుడకా సెప్పిండాగదా, వుత్తరాదొల్లకి గోధుమలైపోక అవి తింటే సుగరు రోగం రాదని మా తావలోల్లని నమ్మించి మా రాగుల పంటని నట్టేట కాదు కాదు నడి ఎడారిలో ముంచినట్టు, సెనిక్కాయ నూనె తింటే గుండెలు పగిలి సస్తారని పెచారం సేసి వాల్ల నానా రకాల నూనెలు మాకి అంటగంటినట్లు, అచ్చు అట్లనే ఈ నల్ల గొర్రెలు మాయమయ్యిండే దానికి గుడకా యెనకమాల స్యానా స్యానా పెద్ద కతనే వుండాదప్పో.

ఈడ ఒకప్పుడు ఈ నల్ల గొర్రెల్నుండి తీసిన బొచ్చుతో నాన్నెమైన కంబల్లు నేసేటోల్లు. దాండ్లకు అట్లా యిట్లా వుంటాడ్లేదు గిరాకీ. యా కాలానికో యిసవా మిత్తురుడంట, ఆయప్ప ఆవులకి మేసేకి మ్యాత ల్యాక ఆల్లకు తినేకింత సెట్టుకి ఆకులు గుడకా ల్యాక, దాన్లన్నింటినీ తోలుకొని మంద మందగా, వుత్తరాది యిడ్సిపెట్టి సక్కగ దావ బట్టుకోని మన దచ్చనాది కొచ్చిడిసినంట. వచ్చినోడు వూర్కోకుండా కారడివిలో నట్టనడి మద్దెన పొయ్యేలిగిచ్చి దాంట్లోకి గట్టి గట్టిగ కూతలేస్కుంటా నెయ్యి బోసి ఇంగా మంటెక్కువ సేసేది మొదలుబెట్నంట?

అది సూసి ఈడ్నే తరతరాలుగా ఆ అడవినే నమ్ముకొని బతుకులీడ్చే జనాలు, యాడ అడివి అంటుకొని కాలి బూడిదైపోతామో అన్జెప్పి బెంబేలెత్తి పడతా లేత్తా బిరిక్కిన పరగారి పొయ్యి? వాల్ల కాడుండే కడవల్లోని ఈత కల్లో తాటి కల్లో ఆ మంటల్లోకి ఒలగ బోసి ఆర్పేసిరంట. ఆయప్ప స్యానా కోప్మ దెచ్చుకొని ఎవుర్నో పది రథాలు నడిపే ఆయప్ప కొడుకుల కాడికి పొయ్యి! రాకాశి గుంపులు మనం బాగ బతుకుతాంటే ఓర్వ ల్యాకున్నారని

పితూరీలు సేసేసరికి, ఆయప్పగారు వురికొచ్చి ఇంతింత పొడుగుండే బానాలేసి మనోల్లందర్నీ సంపవతల పారెక్కిరంట!

అచ్చం అట్లనే వుత్తర భారతంలో వచ్చిండే కరువుకు రాజస్తాను గుజరాతు మారాష్ట్రా ఇంగా యాడాడో వుండే జనాలంత మన తావల కొచ్చిడిసి రగ్గుల్యాపారం సేసేది మొదలు బెట్రంట? బంగారమాకట్లా కంబళ్ళు యిడ్సిబెట్టి మనోల్లేవరైనా సరే ఆ బట్ట పేలికల మాద్రుండే రగ్గులెవరైనా కొంటారేమప్పా! అదీగాక ఇంటికొచ్చినోల్లకి కంబళి పరిసి కుసోబెట్టడమంటే సన్నాబన్నా యిసయమా. ఆల్ల కడుపులు నింపుకునే దాని కోసరమై ఆల్లు స్యానా స్యానా దూరం యోచన సేసి, మెల్లిగా సాప కింద నీరు మాద్రి నల్ల గొర్రెల కంటే ఎర్ర గొర్రెల నంజిరి స్యానా రుసి, మెతువు అని బొంకులు జనాల్లో పుకార్లు పుట్టిచ్చేది మొదలు బెట్రంట.

రాన్రానూ జనాలు గుడకా తిక్క గొర్రెల మాద్రి ఆ మాట్లు నమ్ముకుంటా అందరూ ఎర్ర గొర్రి పొట్టేల్ల కల్లనే సూసేది మొదలు బెట్టే తలికి, పాప్పు మనోల్లంతా ఇంగ నల్ల గొర్రిలు సాకేది యిడ్సిబెట్టి ఎర్ర గొర్రెల్నే మేపేది మొదలుబెట్రి! ఏం దానిక్కూడా బొచ్చొస్తాది గదాని మీరడగొచ్చు, నల్ల గొర్రె బొచ్చుకి మల్లీ రంగేసుకోవాల్సిన పన్లేదు గదప్పో, కావల్లంటే ఆ తెల్ల దొరల ఇంగిలీషు పాట బ్యా బ్యా బ్లాక్ షీప్ హావ్ యు ఎనీ వూల్ కతేందో తెల్సుకోండి మీకే అర్థమైతాది. దెబ్బకు మన వైపు అతి పెద్ద పరిశ్రమగా వుండిన కంబళ్ళ నేతగాళ్ళ సేతులు పుటుక్కున పచ్చవాతమొచ్చి పడేసినట్ట ఐపాయినప్పో. యాడో ఒకటి రెండు సోట్ల కంబళ్ళు నేసే ముసలీ ముతకా ఇంగా వున్నా ఆ కంబళ్ళను కొనే మగానుభావులు యెవురప్పో ఇప్పుడు...

మూలిగే నక్క మీద తాటి కాయ పడినట్ల ఆయమ్మెవరో మగాతల్లి మేనక్కంట, ఎనకటికెవడో రాజుకి జరమొచ్చిందని వూరందరికీ పత్తెం పెట్టినట్ల, ఆయమ్మికి జంతువులంటే ఇట్టమంట? ఆయమ్మింత గుడ్డన్నా తింటుందో లేదో తెలీదు గానీ, చర్మాలు ఎగుమతి తీసేసిందంట. దెబ్బకి గొర్రెలు కొనేవాల్లు ఒకప్పుడు నంజిరెంత పడతాది, తలకాయి కాల్లెంతకు పోతాయి, పొట్టా పేగులు ఎంతకు అమ్ముకోవచ్చు, యిడిపిచ్చిన సర్మం యా రేటుకి పోతాదని బేరాలు సేసేటోల్లు! ఇప్పుడా సర్మాలు కొనేవాల్లే లేరంటప్పో...

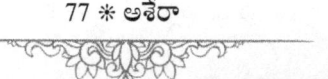

అట్ల గుడకా కొంతమంది పొట్ట గొట్టిండారప్పో నిజానికి ఈ జీవాలు మేపడమన్నది స్యానా పురాతనమైన వృత్తి, ఈ భూ పెపంచికంలో మొదట పుట్టిండే వాద్దెము గుడకా కొమ్మేటహార్నుఊ? సరిత్ర తెలీనోల్లంతా గద్దెలెక్కి సామాన్యుల నోర్లు కొట్టి ఆల్లు మాత్రం యిదేసాలకు ఎగిరి పోతాంటే మనం మాత్తరం ఇంకా తిక్కగొర్ల మాద్రి ఆ కసాయొల్లనే పట్టుకొని యాలాడుతూ ఎప్పుడెప్పుడు మన మెడలు నరుకుతారాని ఆనందంతో ఎదురు సూత్తాంటాం అంతేగదా, కాదంటారా!? ఐనా మా నాయిన నాకు సెప్పిన కతలని మగాబారతం మాద్రి యేంటివేంటివో ఒగదానికొకటి సంబంధం లేని కతలు సెప్తాండావే అని అలవి గాని కోప్మ యాడన్నా సేస్కునేరప్పా సాములాలా...

నాక్యాలొచ్చిన లంపటం గానీ ఇంగా అంత బిరిక్కిన ఈ దెయ్యాల సుద్దులు తెగేటివా తెల్లారేటివా! దేయ్యాలు యాడుంటే ఆడంతా రంకులూ బొంకులే అనే కత తెల్సిండేదే గదా, నేనో పెద్ద దెయ్యాల సాత్రగ్నున్ని కత సెప్తాను తాలండి మల్ల, నాకాడ పొయ్యి మింద పొట్టేలు తలకాయి కుత కుత కుతా వుడుకుతాంది, దాని జతకింత రాగి ముద్ద గుడకా కెలుక్కోవల్ల, మల్లా మీర్యాడన్నా వాసన పట్టుకోని వచ్చేరప్పో అసలే కాలం బాగల్యా మా ఇంట్లో ఇంత సంగటి నంజిరి స్యార తిని బొయ్యి తిక్క తేవులు పెట్టుకున్నాయంటే? మీవోల్లంతా నేనేమైనా మందు పెట్నానేమోనని అన్యా అనేస్తారు నాక్యాలొచ్చిన పితలాటకం వుంటానప్పో...

రచనా కాలం నవంబర్ 2019

నేనో పెద్ద దెయ్యాల సాత్రగ్నన్ని!?

మా తాత కొండ్రాయుడు కంబదూరులో సూసిండే దెయ్యాల సుద్దులిన్యారు గదా, మా నాయిన గుడకా ఆయప్ప స్వానుభవంలో సూసిండే ఇంకొన్ని దెయ్యాల గెద్దులు యినండి మల్ల!? అప్పుడికింకా నేను పుట్టిండ్ల్యా, మా పెద్దన్నా మా ముగ్గురక్కోల్లతో మా అమ్మా నాయినా ఇంగా గోరంట్లలోనే కాపురం వుండేటొల్లని యింతకు ముందే సెప్పిండా గదా.

ఆ కాలానికి కరెంటా పాడా సందె పొద్దు మునిగిందంటే ఇంట్లో ఇంత బుడ్డీ దీపం యెలిగిచ్చుకొని, ఆ గుడ్డెల్తురు లోనే పైట్యాల పొద్దుకి తినేసిన్నంకా ఇంగా యేమిడిదన్నా అడుగో బడుగో కుండ బోకుల్లో మిగిలిన్నింటే దాన్నే తలాకింత తినేసి, ఇరుగు పొరుగుతో ఆడోళ్ళంతా అరువులు సెప్కోని, మగోళ్ళంతా దేశాన్ని వుద్ధరించే వాల్ల మాద్దిరిన్ని నానా అడవ రంకులన్నీ సెప్పుకుంటా నగుకొని, పిల్లోల్లంతా పోలోమని ఏంటేంటివో తిక్కాట్లన్నీ ఆడుకొని, ఎవరి కొంపల్లో వాల్లింక యాడికి పోతివి పొద్దాని ముడుక్కుంటాంద్రి. సిన్నా బన్నా కొంపలో కొట్టాలో వుండేటోల్లైతే ఎండా సలీ యా కాలమైనా సరే, పాతకాలం నాలుగుకోళ్ళ నవారు మంచం మిందో కొంపల తావేస్కునే బండల మిందో పై మిందుండే వొల్లి పర్సుకొని బయటే ముదురుకుంటాంద్రి.

ఇట్లనే ఒక రేతిరి పొద్దు మాయమ్మా నాయినా ఒక మంచంలో, మాయక్కోల్లంతా ఒక మంచంలో పడుకోనుండ్రంట. ఒక పొద్దులో యాల్నే

మా నాయినికి వున్నట్టుండి మెలుకువొచ్చి, కండ్లిప్పి సూత్తే ఎవరో మాంచి పాయంలో వుండే ఒక్యామ్మ తెల్ల చీర కట్టుకొని, పెదింత పొడువుండే జడలోకి గుప్పుమంటాండే బారెడు పొడుగు మల్లి పూలు దిగేస్కొని, నోట్లో పండ్లు తెల్లగ మిన మిన మినా మెరుత్తాంటే బొలే నగునగుతా కనిపిచ్చినంట. ఇంకేముంది మా నాయిన సుట్టుపక్కలంతా ఓతూరి పారిజూసి మెల్లిగా మంచం మీద నుండి సడీ సప్పుడు కాకుండా లేసి, ఇంటి వాకిలి కిర్రు పర్రని రవ్వంతైనా సప్పుడు కాకున్నెట్ల తీసి, ఆయమ్మని లోపలికి తోలి ఇంగో తూరి అందరూ నిద్దర బోతాండారో లేదోనని నిర్ధారన సేస్కొని?

తీరా ఆయప్ప లోపలికి పొయ్యి సీము నూనె బుడ్డీ అంటిచ్చి సూత్తే, లోపల కనీసం ఆడపిల్ల వచ్చిపొయిండే వాసన గుడకా లేదంట! అర్ధరాత్రి పొద్దులో వూర కుక్కలు యిపరీతంగా మొరిగి సత్తాంటే? మాయమ్మకు మెలుకువొచ్చి చూస్తే మా నాయిన ఎవర్నో నానా బూతులు తిట్టుకుంటా మంచాల సుట్టూతా వుచ్చలు బోస్తా కనిపిచ్చినాడంట! మాయమ్మ కిర్లకపొయ్యి లేసి కుసోని, 'యాల్నే యేం పొయ్యే రోగం ఇట్టా జేస్పుత్తాన్నవు' అని తిడ్తాంటే యేం సెప్పకుండా పద్దన్నేకి వేరే కొంప సూసుకొని కుండ బోకులన్నీ ఆటికి యెల్లేసినంట!?

అప్పుడే ఐపోలేదప్పో యింగా స్యానా వుండాది! పాత కొంపలో దెయ్యం దూరిండాదని కొత్త కొంపకు పోతే, అదేందో సామెత జెప్పినట్ల దాన్ని నమ్ముకొని ధర్మారంబోతే అది బుక్కపట్నం ఇడిసి కుటాగూళ్ళ సేరుకునే అన్నట్ల? ఆ కొత్త కొంప కాడ రెండు కొంపలకి అవతలుండే వాల్ల కొంపలో ఓ కొత్త కోడలికి వూర్యాక్కెనే పాప్మా మిసికినంటే దెయ్యం పట్టి అట్లా ఇట్లా గోడాడిస్తా వుండ్లేదంట. సందె పొద్దయ్యే సరికి ఆ పిల్లకి దగ్గర్లో వుండే సింత మాను మింద నుండి ఇత్తిలి బిందెలో కాసులేసి అల్లాడిచ్చినట్ల గలగల్ల గల్లామని సప్పుడు ఇనిపిస్తా వున్నంట.

మల్లీ కొంసేపటికి ఇస్తా తీస్కో ఇస్తా తీస్కో అని ఆ పిల్లకు మాత్రమే మాట్లు సెవిలో పడ్తాండనంట. ఇంగ ఆ పిల్ల అదురుకొని బెదిరుకొని ఏడ్సుకుంటా పెడబొబ్బలు పెట్టుకుంటా యాదో ఒక మూల పొయిలో పిల్లి మాద్దిరి ముడుక్కొని ఉంటాండినంట. ఇంగ సుట్టుపాతలుండే వాల్లంతా ఆ

కొంపలో వుండే ఆ పిల్ల అత్తా మామకి! కసాపురం ఆంజినేయ సామి కాడికి తోలక పొయ్యి నాల్గు శన్వారాలు నిద్దర సేపీమని కొందరు, అంత దూరమ్యాల ఈడ్నే పెనుగొండ బాబయ్య సామి కాడికి కొండోని బొయ్యి తాయెత్తు కట్టీమని ఇంకొందరు...

అదిగో ఆయప్ప పెద్ద కొండప్ప పెండ్లాముండే లచ్చిమిదేవమ్మ, ఆయమ్మ సెల్లెలు ముద్దమ్మ మొగుడు, బాగేపల్లి పెద్దెంకట్రాముడు యెంగళమ్మ సెర్వులో మంచి మంత్రగాడంట, ఆయప్పకి యెనకటికెవరో వాళ్ల గురువు సిన్నప్పుడే తొడ కోసి లోపల బీజాచ్ఛరాల తాయెత్తు పెట్టి ఆయప్ప సేతికి అంజనం భరణీ, మశానం నుండి తీసుకొచ్చిండే సంవత్తరం పిల్లోని సెయ్యేముక మంతర దండం సేసిచ్చిండాడంట, ఆయప్ప ఎట్లాంటోళ్లకైనా ఎంత పెద్ద మంద్రగబ్బైనా కర్సనీలే? కరిసిన సోట అదిమిపట్టి మెల్లిగా మంతరం సెప్పుకుంటా యిసం మొత్తం తన కొనేళ్ళలోకి గుంజుకొని నేలకు పారేసి, కొడివిలితో దిగదీసి ఇంత యాపాకు మంతిరిచ్చి తినిపిత్తే యిసం ఇట్నే దిగి పొయ్యి బాగైపోతారంట.

ఇంగా సెప్పల్లంటే ఆ యంగళమ్మ సెర్వు కివతలుండే కర్నాటక నాగేపల్లి దాట్నింకా వచ్చే చిత్తరావతి దాట్నానే వుండీ జుట్టుపోళి సామి ఆయప్పని, ఆయప్ప కాడుండే సెయ్యేముక మంత్రదండమూ ఆ అంజినమూ నూరారు ఆసలు సూపిచ్చి బంగపొయినా గిమగిమా అంటే యిాలేదంట, ఆయప్ప కాడికి పాపను కొండోని పోండి, ఎట్టా దయ్యమైనా సరే పారిచ్చి పారిచ్చి కొడతాడని ఇంకొందరు సెప్పబట్రంట, అయ్యో బంగారమాకట్లా పిల్లమ్మ ఆ పాడు దెయ్యమేదో ఆ పాపనే తగులుకొని సావల్లా, దానికి దినాలు జెయ్యా దివసం బెట్టా, ఆ పాత సెప్పు తీసి పాపకు దిగదియ్యమ్మో, ఇన్ని పరక పుల్లలు దిగదీసి అగ్గిపెట్టమ్మో, టెంకాయి సిప్ప దిగిదీసి అంటించి ఎర్ర నీళ్ళలో పడేయమ్మో, ల్యాకుంటే యెవురూ సూడకున్నట్ల నాలుగు దావలు కలిసే సోటికి పాపను తోలకపొయ్యి, నాలుగు అన్నం ముద్దల్లో ఒకదాంట్లో కుంకుమ, ఇంకోదాంట్లో పసుపూ, ఇంగోటి బొగ్గుపొడి, సివరిదాంట్లో ఇంత పేడగంజు కలిపి, పచ్చి కోడిగుడ్డు తీసకపొయ్యి దిట్టి తీసి దాటిచ్చుకొని రాగుడ్డా అనుకుంటా అందరూ వుగ్గబట్టు కోల్యాక చొచ్చొచ్చొచ్చో అనుకుంటా ఎవిరికి నోటికి వచ్చింది వాళ్లు గునసబట్రంట...

మొత్తానికా కొత్త కోడలు పిల్లొక రోజు మిట్ట మద్యాన్నేం ఇట్లనే సింత మాను కింద కుసోని 'ఒసే నా సవితి యాల్నే నన్నిట్టా గోడాడిచ్చుకోని సంపక తింటాన్నావు, బేవార్సి మొగుందానా వూర్కోనే ఇస్తా తీస్కో ఇస్తా తీస్కోమని మొత్తుకోని సచ్చేదే కానీ ఇచ్చేదేమన్నుంటే మింద గుమ్మిరిచ్చి సాయ్యే నీ నోట్లో మన్నుబడ, నీ మింద బండపడా, నీ యదరొమ్ముమ్మన రాళ్ళెత్తా' అని తిట్టబట్టెంట. కొంచెం సేపైనాకా వున్నట్టుండి 'అయ్యో పాడు దెయ్యం కాసులన్నీ నా నెత్తి మింద గుమ్మరిచ్చి సచ్చిండాదమ్మో' అనుకుంటా తలకాయి పట్టుకొని అంగలార్సుకుంటా న్యాల మింద పడి పొర్లాడేది మొదలు బెట్నంట,

సుట్టుపక్కల పైటేల బువ్వ తినేకొచ్చిండే ముసలోల్లు ముతకోల్లూ ఆడోల్లందరూ బిరిక్కిన పారొచ్చి ఆ పిల్లను లేపి కొంచెం నీళ్ళు తాగిపిచ్చి సుదారిచ్చి, ఆ పిల్ల తలకాయి సూత్తే ఒక్కోక్కటి సద్ద సలిబిండంత లావు బుడిపెలు లేసిన్నంట. పాప్మా ధరమాత్తుములు ఎవరో బండి కట్టుకొని ఆ పిల్లని ఎక్కిచ్చుకొని వాళ్ల పుట్టింటి కాడికి పొయ్యి దిగబెట్రెంట. వాల్లింక ఏమేం అగసాట్లు పడిండారో యేమో గానీ ఓ ఆర్నెల్లకు ఆ పిల్ల మొగుడు పొయ్యి, ఆ పిల్లను మల్లీ కాపురానికి తోలుకోనొచ్చేసినంట. ఆ పిల్ల గుడకా అపిటి నుండీ అత్తింట్లో బాగ నగునగుతా కుశ్యాలుగా కాపురం సేసుకున్నెంట...

అయ్యయ్యో యాలూర్కే యిదై పోతారప్పో, అప్పుడే కత ఐపాయిండాదని నేనేమన్నా మీతో సెప్పిండానా! లేదు కదా, నాకు గుడకా మీ మాదిరే స్యానా స్యానా పెను భూతాలొచ్చిండాయి. మాయమ్మ పక్కనొకసారి కుసోని గోము సేస్కుంటా మెల్లిగా 'మ్మా ఓమ్మా ఓ... మ్మా నాయినా పొద్దు మీ మంచాల సుట్టూ వుచ్చలెందుకు పోసినాడో సెప్పు మ్మా' అని వూర్కే సతాయిత్తే, అప్పుడు మాయమ్మ సెప్పింది గదా! 'అయ్యో కొడకా దెయ్యాలకు వుచ్చలంటే వుచ్చ పోసుకొని పారిపోతాయంట లేప్పా' అని భోలే నగుకుంటా సెప్య. నాకెందుకో యా మూల్నో ఇంగా గింజులాట పీకుతాంటే?

'అది కాదు మా ఇంతకూ నిజ్జెంగా దెయ్యాల్ వుండాయా ఏంది, ఆ రేత్తిరి నాయిన్నికి కనపడిచ్చిండే దెయ్యం మల్లి నీక్యాల కనిపీలేదని' వూర్కే నుసకలాడ్తాంటే అపుడు మాయమ్మ సెప్పిందిని నేను నోరెళ్ళబెట్టినప్పో? 'దెయిమా పాడా మీ నాయినా వూల్లో ఎవతినో మొగుడు సచ్చిండే ఆయమ్మని

తగులుకొని వున్నట్లున్నాడు, గాడు పట్టిన గంగమ్మ పూజారి నెదుక్కుంటా పాయన్నట్లు, ఆ రంకులాడి ఎవితో అర్ధ రేత్తిరి మీ నాయిన కోసరం వచ్చిండాది. అది తెలిత్తే నేను దవడలు వాయిస్తానని దాన్ని పక్కకి తప్పిచ్చి మీ నాయినన్నీ నాటకాలు ఆడిండాడు నాటకాలు' అనింది కోపంగా మా నాయిన కల్ల కొరకొరా సూస్కుంటా!

దాన్కి మా నాయిన 'నియ్యమ్మ చల్మే పిల్లి మొగందానా పిల్లోల్లకన్నీ ఇట్లాటివి సెప్పు' అని తిట్టి కుట్టు మిసను బరబరా తొక్కబట్యా. నాకింగా అనుమాన్మ్మ పోక 'సరే మా మల్లైతే ఇల్యాల దినం పొద్దుకి యిడ్సి పెట్టిండేది' అని మల్లీ కెలికితే? 'ఆ... ఆ దెయిము బారెడు మల్లి పూలు పెట్టుకొచ్చిందంటే ఆ కొంపల కాడ మల్లి సెట్టు ఎవరికుందో నాకా మాత్రం తేలీదా... నేన్యాడన్న పొయ్యి వాల్లింటి ముందు ఆగంతము సేత్తే మీ నాయిన రంకు బైట్యాడ పడతాదోనని పొద్దు పొద్దున్నే కుండ బోకులన్నీ యేరే తావకి యెల్లేసినాడు మీ నాయిన తక్కువోడు కాదు' అని అక్కసుగా అంటాంటే? మా నాయిన ముసి ముసి నగవులు నగుకుంటా హుషారుగా మిసను కుట్టేది మరింత జోరు సేసె!

అయ్యో మాయప్పా మా సాముల్లాలా తాలండి. ఆ కొత్త కోడలు గురించే గదా? సెప్పేంత లోపల మీరు గుడకా వుచ్చ బిగబట్టు కోల్యాకున్నారే ఇట్లైతే యట్లప్పో! ఇట్టనే మా నాయినోతూరి కుశ్యాలుగా వున్నెప్పుడు 'నయినా నయినా నయినా... ఆ కొత్త కోడలకి పట్టిండే దెయ్యం సుద్దులు సెప్పవా' అంటూ బామాలితే? 'హహహహ్హా ఇడ్సిపెడ్తే నువ్వే దెయ్యాలేటకు పొయ్యేతట్లున్నావు గదరా సర్లే యాలూర్కే గింజుకుంటావ్ గానీ సెప్తానిను. ఆ కాలానికి మా మాద్రే స్యానా స్యానా సిన్న సిన్న పిల్లోల్లకు పెండ్లిల్లు సేసి పారెక్కుతాంద్రి కదప్పా, అట్లనే ఆ పిల్లకింకా మంచేమి సెడేమీ అని తెలీని పాయం లోనే ఇంక సమర్తన్నా కాకనే పదేండ్ల పెద్దోనికిచ్చి వాల్లమ్మా నాయినా ఇంట్లో కూడు పెట్టేకి బరువై వాల్లే పెండ్లి సేసుకుంటాం అనేతలికి ఇచ్చి తోలేసిండారు.

ఆ పిల్లా బికీమని వీల్లింటి కొచ్చిందా, అయిన పొయిన పనంతా ఆ పిల్లతోనే సేపిచ్చి, పొల్లా పొగలూ వంచిన నడుము ఎత్తకోకుండా ఆ న్యాత పిల్ల పాపుమ్మ పని సేసినా గుడకా వాల్లత్త తిట్టే తిట్లు పెట్టే వాతలు అలివి

కానివి. పొద్దుగూకులూ ఆ పిల్లని కాడు బోయిచ్చింది సాలక క్రరైట్టుగా కడుపుకింత పిడసన్నం తినేతప్పుడు అదే పనిగా, మీ ఇంటీకాడి నుండి లిబ్బేమన్నా యేస్కొచ్చినావేమే నా సవితి, మీ అమ్మా ఆయ్యలేమన్నా గనంగా ఇంత వరమానం ఇచ్చి పంపిచ్చినారేమే బేవార్సి మొగందానా, కొంచెమైనా సిగ్గా సరముండల్లా, మా కొంపలో వుద్దరాగా సేరుకొని దమ్మిడీ పని సెయ్యకుండా పియ్యి తిన్నట్ల తిని సత్తాండావు కదే రోసం పాసం లేన్దానా.

మీ కొంప కాడ్నింకా యేమన్నా పెద్ద గంటు తెచ్చి మా మెల్లో దిగేసినట్టు తింటాండేది సూడు ముదనట్టపుదానా, నీ అమ్మా అప్పల మొగానికి గతి ల్యాక అడక్క తింటాంటే ఇంగ యాడా దొరకనట్ల నీ శని మొగాన్ని మామిందేసుకొని సత్తిమికదే, యాడ గాసుకోంటివే మా పేనాలకి, ప్యాడ కల్లు ఎత్తేకి గుడకా రాని నియ్యట్లా దాన్ని మా కొంపలోకి జేరిడిసి, మా యదరొమ్ముమీన రాళ్ళెత్తి సచ్చినారు మీ వాల్లేం బాగుపడుతారు వాల్లకు ధూము తగలా దివసం జెయ్యా పాడి కట్టా ఆ దొడ్లో గొడ్డుకింత గడ్డేసినా పని కొత్తాదేమో గానీ, నీ దేబ్య మొగానికి పాసిపోయిన సంగటి ముద్దేసినా గుడకా దండగనే పీడ మొగందానా...

అని ఇట్ల తిట్టీ తీట్టీ సంపుతాండె దానెమ్మ అది, ఇంగ పొద్దు మునుగుతానే సన్న పిల్లే అని కొంచెమన్నా నానెమన్నా ల్యాకున్నెట్ల ఆ పిల్ల మొగుడు పక్కలోకి ఈడ్సుకొని ఆ పిల్లను దేవర కిడ్సిండే దున్నపోతు మాద్రి పీకి పీకి పిసికి పిసికి పెడతాండ్య. కనీసము ఆ బిడ్డని అయ్యో అని ఇంత దగ్గరకు తీస్కొని సుదారిచ్చేవాల్లే ల్యాకపొయిరి, అట్లై ఆ పాపకు మతి సెడిపొయ్ అట్ల తిక్క తిక్క కూతలేస్కుంటా పిచ్చి పట్టిన దాని మాద్రి అర్సుకుంటా వాల్లత్తకుండే డబ్బుల పిచ్చికి యేందో ఒకటట్ల వూగించుకొని, దెయ్యం కాసులు గుమ్మరిచ్చిండాదని తిక్క మాట్లు సెప్తాన్నిందప్పా. కడాకు ఇరుగు పొరుగు వుముస్తాంటే తీసకపొయ్యి వాల్లమ్మలింట్లో వదిలేసొచ్చిరా.

పెండ్లైనప్పటి నుండీ ఓ పండగల్యా పబ్బంల్యా యాపొద్దే కానీ ఆ పాపని మల్లీ వాల్లింటి గడప తొక్కనిచ్చిండ్లేదు. ఆ పాప వాల్లమ్మా నాయిన్ని సూత్తానే పట్టిండే దెయ్యాలన్నీ పారిపొయినప్పా అంతే' అనేస్య! 'మరి మల్లీ మొగుడు పొయ్యి కాపురానికి తోలుకొచ్చు కుండాడని అంటివి గదా' అని మా నాయిన్ని

అడిగితే. 'అద్యా పుట్టీంటి కాడ పెండ్లై పొయిన పిల్లుంటే ఇరుగమ్మ పొరుగమ్మ కూసే కూతలన్నీ ఇన్నీ కావప్పో, అదీ గాక ఆ పిల్ల మొగునికి మల్లీ అట్లా పెండ్లాం దొరుకుతుందో దొరకదోనని వాల్లమ్మని బాగా అదిలిచ్చి, పొయ్యి వాల్ల అత్తా మామల కాల్ల మింద పడి మడసంగా సూస్కుంటా కావల్లంటే యేరు కాపురం గుడకా పెడతానని సెప్పి యెనక్కు పిల్సుకొచ్చు కున్నాడంతే' అని సెప్పిడీస్య...

'అంతా బాగుంది కానీ నాయినా మరైతే ఆ పిల్లకు దెయ్యం నెత్తి మింద సరవతో కాసులు కుమ్మరిస్తే సద్ద సలిబిండంత బుడిపిలు ఒచ్చిండాయని సెప్తివి కదా అవెట్లా ఒచ్చినాయి' అని మల్లీ అడిగితి నేను. అందుకు మా నాయిన పెద్దగా ఓ నగువు నగి నువ్వు 'నచ్ఛత్రకుని అట్టావోడివి రోయ్ ఆ మాత్రం ఇంగా అర్థం క్యాలా! వాల్లత్త ఆ పిల్లని తిడ్తా తిడ్తా సేతిలో యా సెంబుంటే సెంబు, కుండుంటే కుండా, సంగటి కట్టుంటే కట్టి ఇట్లా దేంతో బడితే దాంతో నెత్తి మీద పీకుతాండలేప్పో' అనేసి యాడ మల్లా కొత్త అనుమానాలు అడుగుతానో అని 'ఇంగ పనుకో సాలుగానీ పద్దనే ఇస్కూలుకు పోవల్ల' అని గదమాయిచ్చ....

ఆ దినం నుండి నేను గుడకా ఈ దెయ్యాలు భూతాలు పిశాచాలూ బెమ్మ రాఛ్ఛసులు ఇట్లా కతల పుత్తకాలు స్యానా స్యానా అదే పనిగ అద్ద రేత్తిర్లలో సిదుగుతాంటి, అట్లైనా వాన్యాలి వాన్యక్కా ఒక్క దెయ్యమైనా కనపడకుండా పోతుందాని. వూహూ గిమ గిమా అంటే యా సీకట్లలో దూరినా కుక్కలు పిల్లులూ తప్ప మరేం కనిపిచ్చి సచ్చేవి కావు. ఎండల కాలంలో యిస్కూలుకి సెలవులున్నపుడు సీకట్లలో పొయ్యి? ఇండ్ల బయట చాకుపీసుతో ఓ స్త్రీ రేపురా అని రాస్కోండే మా ఇంటికి అవతలోల్ల వాకిల్ల మింద, ఎవరూ సూడకున్నట్ల్యు రేపురా తుడిపి పారేసి ఈ పొద్దేరా అని రాసి బిరిక్కిన పారిపొయ్యొచ్చి! మా అరుగు మీద పడుకొని మెలుకువ ఒచ్చినప్పుడో కుక్కలు మొరిగినప్పుడో వాల్లింటి కాడికి దెయమేమైనా ఒచ్చిందేమోనని బో మునాశగా సూత్తాంటి.

దేయ్యాలైతే రాలేదు కానీ పద్దన పద్దన్నే మాయమ్మతో అట్లకాడతో తీడిచ్చు కోవడం మాత్రం గ్యారంటీగా ఐతాండ!? ఆ కసాపురమైతే ఎన్నితూర్లు బొయిండానో ఒక్క దెయ్యాన్నైనా మాట్లాడిద్దామని, అదేం విసిత్రమో కానీ

దేయ్యాలన్నీ పాయం పాయం ఆడపిల్లోల్లకే పడతాండ, అది గుడకా సిన్నా బన్నా బతికేకి స్యాత కాని న్యాత న్యాత ఆడ పిల్లోల్లకి మాత్రమే పడత్యాండ కానీ, సిన్మాల్లో సూపిచ్చినట్ల బాగా దుడ్లుండే ఒక్క సాకారమ్మకి గానీ యా మొగోనికైనా గానీ దెయ్యాలు పట్టిండేది నేను సూడ్నే సూడ్లేదప్పో! మొత్తానికి నాకు బాగా అర్థమైండేది యేందంటే. పేదరికమే పెద్ద దెయ్యమని, ఆడ పిల్లోల్లకి నిస్సహాయితే పీడ పిశాచమని, అత్తగార్లే పెను భూతాలని, మొగుళ్ళే బెమ్మ రాచ్చసులని...

ఇట్లనే ఓతూరి నా సావాసగానితో ఈ యిసయం సెప్తే వాడు పేద్ద వచ్చిండాడు సాత్రగ్నుడు, లే మల్లైతే ఇంగిలీషోల్లకి రక్త పిశాచాలుండాయి గదరా అవెట్లొచ్చినాయో సెప్పరా అనె, నేను నాకున్నంత తెలివిలో ఏం సెప్పిండానో తెల్సా? 'ఒర్యా నీ మూతి నీ అప్పుడు నాకనానీ నీ పెళ్ళాం కోడిపిల్లలు కన్నానీ... ఆ మాత్రం తెలీదేంలే ఆడుత్త మంచు కుర్సి సచ్చి పోతాంటుంది. పీనుగుని అట్లనే ఇడ్సి బెడ్తే కుళ్ళుతుందేంలే?

ఇంగో శవం కోసరం గుంత తీసినప్పుడు! బూడ్సి పెట్టిన పీనుగు ఏట్లుండే దట్లనే తెల్ల తోలు రకతం ల్యాక మరింత తెల్లగా పాలిపొయ్యి సర్మం ముడసక పొయ్యి గోర్లు బయటికొచ్చినట్ల, కోరపండ్లు బయటికి పొడస కొచ్చినట్ల కనపడే తలికి, మనోల్ల మాద్రే వాల్లు గుడకా నానా కతలన్నీ అల్లింటార్లేలే. అందుకే ఆ శవాలు తొందరగా కుళ్ళిపోవల్లని సెక్క పెట్టల్లో పెట్టి బూడ్సేది నేర్సుకున్నార్లే వాల్లు' అని బో యిరగ బీక్కొని సెప్తే? వాడు నోరెళ్ళ బెట్టి 'సర్లేరా అదంతా సరే గానీ వాల్లకంటే ఐసు కురుత్తాది గాబట్టి సలెక్కువ పెడతాది గాబట్టి వాల్లు వాల్ల శవాల్ని అట్టా సెక్క పెట్టెల్లో పెట్టి బూడుస్తార్లే అనే అనుకుందాం!

మల్లైతే మొన్న మన దేవానందం గాని వాల్ల తాత సచ్చిపోతే వాల్లు గుడకా ఇట్లనే సెక్కపెట్లో పెట్టి బూడ్సిండారు గదరా? ఈడ మనం ఎండకి పుర్రెలు పగిలి సత్తాంటే మల్లి వాల్లెందుకట్ల సేసినారు' అనిడిస్యా. నేనే అనుమానాల పుట్టనుకుంటే వాడు నాకాటికీ పెనుభూతాల గుట్ట, వాడడిగిండే దానికి నేను తడుముకోకుండా? 'వార్నీ ఆ మాత్తరం తెలీదేంలే ఒకప్పుడీ దేశానికి చర్చీలు తెచ్చిందే తెల్లోల్లు, వాల్లాడ నూనె గడ్డ కడుతుంది కాబట్టి వాల్ల దేవుని కాడ కొవ్వొత్తులు వెలిగిత్తారు, మనోల్లు గుడకా వాల్ల మాద్దిరే

ఈడ గుడకా అట్లనే కొవ్వొత్తులు యెలిగిచ్చి, ఆడ తెల్లోల్లెట్ల సాత్రాలు పాటిత్తే ఈల్లు అట్లనే సేత్తారులే అంతే' అని తేల్చేసినా...

కరెట్టుగానే సెప్పినానా లేదా, ఐనా నాక్యాల గానీ మా నాయిన్నాకు సెప్పిన కతల్లో, కుడాలు కుడాలొచ్చేతట్ల? కొట్టి సచ్చిండాడు నాబట్ట! అనే కతలోకి పదాం పాండి మల్ల...

రచనా కాలం నవంబర్ 2019

కుడాలు కుడాలొచ్చేతట్ల?
కొట్టి సచ్చిండాడు నాబట్ట!

సెప్పిండా గదా అప్పుడేందో తిక్క కాలమని, ఇప్పుడు మా(దేమన్నా అందరి మా(ది ఆటీవీ ఈ టీవీ మీ టీవీలు మీట్లు తిప్పి తిప్పి జబ్బలు చరుచుకునే దోస్తుల గబ్బు కా(ర(క్రమాలు సూసి పడి పడీ నవ్వుకునేకి ఏమైనా అయితాన్నా గానీ! ఏందో మా నాయినట్లా వాల్లేం కత సెప్పినా నోర్లెల్ల బెట్టుకొని యినుకుంటా నగి నగి సత్తాంటిమి అంతేనప్పో!

అది గుడకా అప్పట్లో ఎంత తిక్క కాలమంటే యా కతలోనన్నా సూడు మాయప్పా మా స్యామే పొద్దుగూకులూ తిండి రంధే వుంట్యాండ. పాప్మ ఆ కాలానికి మన పెద్దోల్లు తిండికి మొగమెట్లా వాచి సచ్చిండారో యేమో గానీ, అందుకే బతికున్నప్పుడు వాల్ల మొగానికింత పిడస కూడన్నా పెట్టింటారో లేదో గానీ? సచ్చిన తర్వాత దివసాలకు మా(త్రం రకరకాలు ఒండోండి పిండం పెడతార్లేప్పో యాల సెప్పుకోవల్ల గానీ!

మా సిన్నప్పుడు పెద్ద బాలసిచ్చలో పేద బాపన్యాప్ప గారెలు అనే కత సదివిండాను. దాంట్లో ఓ పేద ముసిలి బాపన్యాప్పకి అ(త్రాసలు అదే గారెలే లేప్పో మాకల్ల అట్లే పిలుత్తాము గానీ తినండి అదే ఇనండి, ఆ ముసిల్యాప్పకి అ(త్రాసలు తినాలని స్యానా స్యానా కోరికున్నెంట, అందుకని ఆయప్పుండే

తావులో ఇంటింటికీ తిరగలాడి కావాల్సిన బియ్యం బెల్లం నెయ్యి, వాల్లతో యిాల్లతో అడిగి దానం తెచ్చుకొని ఆయప్ప పెండ్లాం పెద్ద బాపనమ్మకిచ్చి అత్రాసలు సెయ్యమని పురమాయిచ్చి, ఆయప్ప సెరువు గట్టుకి పొయి ఆల్లకీ యిాల్లకీ నాలుగు మంచి మాట్లు సెప్పొచ్చే పొద్దుకి పెద్ద బాపనమ్మ అత్రాసలు సేత్తాండే కమ్మని వాసన ఇయ్యప్ప ముక్కు పుటాల్కి మైలు దూరంకి ముందే తగిల్నంట. ఇంగాయప్ప ముక్కుతో వాసన పీల్చుకుంటా డొక్కలు ఎగరేసుకుంటా ఇంటి కాడికి బిరింగ బిరింగ ఆశగా పరగారి పరగారి పొయ్యి సూత్తే?

ఇయ్యప్ప భాగానికి ఒకటే ఒకటి అరసేయంత అత్రాస మిగిలిండాదంట! ఆయప్ప యాడ లేని కోప్మ సేసుకోని 'దేబ్య మొగందానా అయిన పొయిన అత్రాసలన్నీ ఎట్లా తిని సత్తివే' అంటానే? ఆ పెద్ద బాపనమ్మ ఆయప్ప సేతిలో వుండే మిగిలిండే ఆ ఒక్క అత్రాస గుడకా గుంజుకొని 'ఇదిగో ఇట్లా తిన్నా' అని పరా పరామని పంటి కిందేస్కొని నమిలి మింగి సూపిచ్చినంట! ఈ కత సిదిగి నేనెంత భాద పడిండానో మీకెవర్కి తెలీదప్పో, ఎవరన్నా ఇట్లా ముసలీ ముతకా బాపనోల్లు ఇంటి కాడికి అడుక్కునేకి అదే దానం ఇప్పిచ్చుకునేకి ఒత్తే, ఇంట్లో మాయమ్మతో నాలుగు తీడించుకొనైనా సరే బియ్యం బెల్లము యిద్దామని సానక్య సపతం సేసుకోంటి. అదేం యిచిత్రమో గానీ నాకింత వయసొచ్చినా యిప్పటి గుడకా మా ఇండ్ల కాడికి అడక్క తినేకి ఒక్క బాపన్యాప్పైనా రాలేదంటే నమ్మండి.

పొద్దు పొడ్సక ముందే గలగంట అల్లాడిచ్చుకుంటా శంకూదుకుంటా జంగమ్యాప్ప వత్తాండ్య, పొద్దు పొడిసిందంటే పిల్లంగోవి వూదుకుంటా ఢమఢమాని ఢమరుకం కొట్టుకుంటా గొరవయ్యలు, కోటేసుకొని మీసం తిప్పుకుంటా సెప్పిందే సెప్పుకుంట బుడబుడకలోల్లు, జాగటి కొట్టుకుంటా గోవిందలు సెప్పుకుంటా దాసప్పలు, సిడతలు కొట్టుకుంటా తీగెలు మీటుకుంటా పాటలు పాడుకుంటా అరిదాసులు, ఏకనాదం మీటుకుంటా సాధువులు, తత్వాలు పాడుకుంటా సన్నాసులు, జవనిగలు వాయించుకుంటా ఆసాదులు, ఈత పరకలూ ఈత బుట్టలు ఈత బూరలూ అమ్ముకుంటా సోది చెప్పుకుంటా ఎరికలోల్లు, కిందికి పైకి ఎగిరెగిరి దుంకుకుంటా

దొమ్మిరోల్లు, ఇంగా రంగు రంగుల ఈకల కిరీటం పెట్టుకొనుండే కాటి పాపడు, సీర సుట్టుకొని వులిగమ్మలు, పెదింతలావు తాడుతో తీడుకుంటా మొండోడు, ఆయప్ప జతకి వురుము వాయించే ఆయప్ప పెండ్లాము, తెల్లార్లా యీదుల్లో బుర్ర కతలు సెప్పినోల్లూ, ఏడుగురు మరాఠీలు, అక్కమ్మగారి కతల గెద్దులు సెప్పేటోల్లు, గంగిరెద్దు ఆటలోల్లు, పాములు, కోతులు ఆడించేవోల్లు, ఎప్పుడైనా ఓతూరి ఎలుముగొడ్లు అంటే కరిడీలు ఆడించేటొల్లు, లాగిలాగా ఇల్లల్లా మగమ్మద్ రసూలల్లా అని పాడుకుంటా డప్పు కొట్టుకుంటా ఫకీర్లు...

ఇట్లా పిడికెడు కూడుకో కురాక్కో స్యారెడో ద్యోసడో నూకలకో సినిగి పోయిన బట్టా బాతలకో, దిక్కూ దివానం లేని జనాలంతా ఇంటింటి కాడా యేలాడ్తాంద్రి అంటే నమ్మండప్పో. తీసుకున్న ఆ మాత్తరం దానానికే మారాజుల్ని పొడిగినట్ల పొడిగి పోతాంద్రి. రామాయనంలో పిడకల యేట మాద్రి మాక్యాలీ సుద్దులన్నీ అంటారేమోనని సెప్పటం కాదు కానీ, పెద్ద పెద్ద బుక్కుల్లో నగుకునేకి ఎన్ని కతలు రాసినా మన పెద్దోల్లు అనుభూతులతో సెప్పే ఆ కతల తీరే వేరేనప్పో, అంతే కదా ఇంగసలు కతినండి...

ఎనకటికి గోరంట్ల కాడున్న ఎర్రయ్యగారి పల్లిలో యేప కాయంత ఎర్రి కాదు స్యామో గుమ్మడి కాయంత గుర్రిండే పిలగాడున్నేంట. యేం పని సెప్పినా ఎర్రి నెత్తి మిందేస్కొని సెయల్యాక నగుబాట్లు ఐతాన్నెంట. హుసేనప్ప తాడిమర్రి పొయొచ్చినట్లని మావైపో సామెత వుండాదిలేప్పో. ఆ సామెతకు అచ్చు గుద్దినట్ల సరిపోతాడు అనుకోండింక మన ఎర్రోడు. ఆనికి ఎర్రి తగ్గేదానికి వాల్లమ్మా నాయినా పడరాని పాట్లన్నీ పడిండారంట.

ఓతూరి పావలా సేతిలో పెట్టి ఐదు పైసల కొత్తిమీరి ఐదు పైసల అల్లం తీసుకొని సిల్లర తీసక రారా అని కోమిటి శెట్టి అంగిడికి పంపిత్తే? మన ఎర్రోడు కొత్తిమీరి అల్లం కొత్తిమీరి అల్లం కొత్తిమీరల్లం అని దావ పోడవునా నెమరేస్కుంటా పోతాన్నెంట. ఇంతలో ఎవడో వాని న్యాస్తగాడు ఆపి 'యాటికిలే పోతాన్నావ్' అని మాట్లాడిచ్చె తలికి, వాల్లమ్మ ఏం సెప్పిండాదో మర్సిపొయ్యి మల్లీ ఇంటి కాడికి పారి, వాల్లమ్మతో నాలుగు దెంగులు తిని మల్లీ అట్లనే కొత్తిమీరి అల్లం కొత్తిమీరి అల్లం కొత్తిమీరల్లం అనుకుంటా శెట్టంగిడి కాడికి

పోతానే, ఆ శెట్టయ్య వూర్కే వుండకోకున్నట్ల 'యాల్రా కోతికి కొబ్బరి సిప్ప దొరికినట్ల, సినిగి పొయిండే నిక్కర్తో బెల్లకాయ సూపిచ్చుకుంటా తిరగలాడతాన్నావ్' అని కుశ్యాలు సేసినంట. దాంతో మన ఎర్రోడు వచ్చిన పని మర్సిపొయ్యి ఇంటికి పొయ్యి వాల్లమ్మ సేతిలో బెల్లం ముద్దలు కొబ్బరి వడకలు పెట్టినంట.

అట్టాంటి ఎర్రోడు ముందు ముందుకి ఎట్లా బతుకుతాడో ఏమోనని వాల్లమ్మా నాయినా వూర్కే యదారు సేత్తాంటే, ఇరుగూ పొరుగూ 'అయ్యో వానికేం లేమ్మా బంగారమాకట్లా పిల్లోడు గానీ, యాడో ఒక సోట సూసి ఆని నెత్తి మిందిన్ని అచ్చింతలు సల్లితే ఆడి ఎర్రి మొత్తం కుదిరి ఆడూ అందరి మాద్రే ఐతాడు గానీ' అని సుదారిచ్చిరంట. 'ఆ అదేందో అంటారే అట్టా మల్లా మా మెడకో డోలొకటి కట్టుకున్నెట్ల యాడైతోదోలేమ్మో, ఐనా తినేతప్పుడు కంచనిండా పనుకునేతప్పుడు మంచం నిండా వుండే యీడి మొగానికి పిల్లని ఎవురిత్తారమ్మా' అని ఎర్రోని వాల్లమ్మ అంగలారుత్తాంటే, ఆ ఇరుగమ్మ 'అయ్యో ల్యాకేం వొదినా ఆడ పిల్లోల్లకి దేసమేమన్నా గొడ్డుపోయిందా కానీ అద్గో ఆ సిత్తరావతి ఏరు దాటినంక వచ్చే కరువుల పల్లి అదే కర్రావుల పల్లిలో కరువు లేనన్ని ఆడ బోకుల్కి పెండ్లి సెయల్యాక అందరూ అల్లాడి ఆకులు మేత్తాన్నారంట, నువ్వు వూ అను రేపు దినం మద్దాన్యానికి మన ఎర్రోని నెత్తి మీదిన్ని అచ్చింతలు ఏపీనూ' అనేతలికి, పిలిచి పిల్లని ఇత్తామంటే పళ్ళు పట్టి సూసేకి ఎర్రోని వాల్లమ్మ గుడకా ఎర్రిది కాదు కదా...

మొత్తానికి ఎట్లనో ఎర్రోనికి వాల్లమ్మా నాయినా వాల్లింటి కాడ్నే తూతూ మంతరంగా కరువుల పల్లి అదే కర్రావుల పల్లి పాపతో సప్పరం కింద లగ్గం గట్టేసిరంట. ఎర్రోడు గుడకా పెండ్లాన్ని ఏమారకున్నెట్ల, సిన్న పిల్లోనికి గదా మంచి బొమ్మ దొరికినట్ల, ఆ పిల్ల కొంగు పట్టుకోని తిరగలాడతా వున్నెంట. ఓతూరి వాల్లమ్మ ఎర్రోన్ని పిలిసి 'నాయినా బంగారు కొండా అట్ల మీ అత్తోల్ల ఇంటి కాడికి బిరిక్కిన పరగారి పొయ్యి వచ్చే శ్యనోరం మనింట్లో దాసంగం పెడతాండాం అందరూ రాండని ఓ మాటట్ల సెప్పిరాప్పా' అని పంపించెనంట. ఆ కాలానికి బస్సులా పాడా, యాడికి పోవల్లన్నా అన్నీ మూసుకొని మట్టసంగా నడ్సుకోని పోవాల్సిందే గదప్పో, మనోడు పరిగెత్తినట్ల నడ్సుకుంటా నీళ్ళ

ల్యాక సిక్కిపోయిన సిత్రావతి యేట్లో అడ్డం పడి కర్రావుల పల్లికి నడ్సేది మొదలు బెట్నంట. మన ఎర్రోడు జనమకో శివ రేత్తిరి అన్నట్ల సాకలోల్లు యాడన్నా బట్టా బాతా వుతికేకి తీసిండే సెలమలో ల్యాకుంటే తాగే నీళ్ళ కోసరమని తీసిండే సిన్నా బన్నా గుంతలో ల్యాకుంటే ఆ ఏటి పొడువునా పక్కన్నే యావన్నా పండ్ల సెట్లు పెట్టుకోండే రైతులు తీసిండే అరికాళ్ళు గుడకా తడిసేంత నీళ్ళు లేని సిత్తరావతి యేట్లోని సిన్న సిన్న పాయల్లో ఎగిరెగిరి దుంకలాడుకుంటా కాళ్ళు తడసకున్నెట్ల అత్తగారి వూరికి పొయ్యే పొద్దుకి, ఇంగా కర్రావుల పల్లి మొగదల్లోనే సేన్లో ఎండి కింద పడిపోయిన కంది కాయలు ఏరుకుంట్యాన్న ఎర్రోని వాల్లత్త కొత్తల్లున్ని సూసి!

మగా ఆనంద పడిపొయ్యి కొత్తల్లున్ని ఇంటి కాడికి పిల్సకపొయ్యి పొంతలో నీళ్ళతో కాళ్ళు కడుక్కోమని సెప్పి, మంచమేసి కంబళి పర్సి కొంచేపట్ల నడుం వాల్చమని సెప్పి, తాను ఏరుకొచ్చిండే ఎండిపోయిన కంది కాయలు బిరిబిరిన ఒల్సి, దాండ్లలోకి యా కాలం లోనో సెరుకులు గానుగలు ఆడేతప్పుడు దాసిపెట్టుకోండే ఇంత బెల్లమేసి ఎసురేసి వుడికిచ్చి, రోట్లోకేసి రుబ్బి ఇంత గోధుమ పిండి పిసికి కసింత కసింత పిండితో సిన్న సిన్న అప్పచ్చుల మాద్రి రేకులు తిక్కుకొని, దాంట్లోకి ఆ రుబ్బిండే పూర్ణం ఇంత ముద్ద బెట్టి మడతేసి, అప్పుడెప్పుడో మిగిలిపోయిన యిత్తనం శనిక్కాయలు నూనె ఆడిచ్చిండేది ఇంత బాండ్లిగ లోకి పోసి, ఆ పూర్ణ కుడాలు తేలేసి, మూకుడు తుడ్సి ముగ్గిపోయిన నెయ్యేసి నాలుగు పూర్ణం కుడాలు అల్లుడి ముందర బెట్నంట? ఎప్పుడూ రాగి సంగటి దాని జతకింత వూర్మిండో సింతకాయి తొక్కో కురాకు స్యార్లోనో తినడం తప్ప, యెవరన్నా పెండ్లిల్లల్లో పేరంటాల్లో శనగ బ్యాల్ల కీరు ఇస్తర్లో పోస్తే నాక్కోడం తప్ప ఇట్టాంటివి ఎప్పుడూ రుసి సూడని మన ఎర్రోడు యెర్రెత్తి పొయ్యి సేసినవన్నీ మిగలకున్నట్ల ఒకే యేటుకి యిగ్గిచ్చి పారేసినంట.

ఏందో అల్లుడు తినగా మిగిలిండేటివి కూతురుకన్నా సద్ది కట్టిద్దాం అనుకుంటే, మన ఎర్రోనికి అసలే గుమ్మడి కాయంత గుర్రి అని సెప్పిండా కదా అయినవన్ని ఖాళీ సేసి మూకుడు నాక్కుంటా, 'అత్తో యేంటివివి భొలే వున్నాయి, సత్తె పెమానికంగా యాపొద్దే గానీ ఇట్టాంటివి తిన్నే తిన్లేదు, ఇంగా వుండాయా? దీండ్లని ఏమంటారత్తో' అని అడిగినంట. ఆయమ్మ నొచ్చుకుంటా 'అయ్యో అల్లడా సిక్కిండే కంది కాయలు కొన్నే కొన్యప్పా, ల్యాకుంటే ఇంగొన్ని

సేసిపెడతాంటి. ఏందో ఈ వూరు పేరులో వుండే కర్రి ఆవులన్నీ వానల్యాక సిత్తరావతి పారక నోట్లోకింత కసువన్నా ల్యాక యా కొండ గుట్టల అడవుల పాలాయనో. ల్యాకుంటే యా కసాయోని పాలబడినో గానీ, ఈడ మాత్తరం కరువు మగా తల్లి ఇనప గజ్జెలు కట్టుకోని ఈ తీరుగా తరతరాలుగా తాండవం ఆడి ఈ పాడు పల్లి కొంపని కరువుల పల్లి సేసిడిసింది కానీ, యేం పొయ్యే కాలమో ఆ సిత్తరావతి దొంగ సచ్చిన ముండ సరిగ్గగినా పారిన్నింటే మాకిన్ని కట్టాల్యాలప్పు, మారాజుల మా(్రది మేమే నూరారు కూలి జనాలకు సాకినోల్లము' అని ఆయమ్మ కన్నీల్లు కరువుల పల్లి నుండి సి(్రతావతి వరకూ పారేతట్ల ముక్కు సీదుత్తాంటే, అదేం పట్టని మన ఎ(్రోడు 'అదంతా సర్లేత్తో ఇంతకూ దీన్లని ఏమంటారో సెప్పనే ల్యా, ఇవి సేసేకి నీ కూతురుకు గుడకా ఒత్తాదా రాదా' అన్నెంట అనుమానంగా. దానికాయమ్మ 'అయ్యో దానికే భాగ్గెం నాయినా పొయ్యి నా కూతురుతో కుడాలు సేసి పెట్టమని సెప్పు సాలు, ఇంతకూ ఈడికి నువ్వేంటికి వొచ్చింటివి అల్లుడా' అన్నెంట.

అసలు సంగతి గుర్తు కొచ్చిన ఎ(్రోడు వాల్లమ్మ సెప్పిండేది వాల్లత్త సెవిలో యేసి, ఇంగ మనోని కత తెలిసిండేదేగదా, అత్త సెప్పిండే పేరు యాడ మర్సిపోతానో అని, కుడాలు కుడాలు కుడాలు కుడాలు అని యిడ్సిపెట్టకుండా సనుక్కుంటా, కరువుల పల్లి ఇడిసి ఎ(్రయ్య గారి పల్లె దావ బట్టినంట. సెప్పిండా గదా ఆ సి(్రతావతిలో సిన్న సిన్న పాయలు సెలమలు ఆడీడ వుంటే, మనోడు దాండ్ల మీద నుండి ఎగిరెగిరి దుంకుకుంటా పొయిండాడని. ఇంగ వచ్చేతప్పుడు గుడకా కుడాలు కుడాలు కుడాలు కుడాలు అనుకుంటా అట్టా ఓ పాయ దగ్గరికొచ్చి ఎగిరి దుంకే (క్రమంలో హుప్ అని ఎగిరి దుంకే సరికి కుడాలనే పదం నోట్లో నుండి జారి పొయ్యి ఏట్లో పడిపొయినట్ల ఐపొయినంట?

పాపూ్మ ఇంగ మన ఎ(్రోడు కోడికి గదా తిక్క తేవులు లేసినోని మా(్రది ఆ సి(్రతావతి పాయ లోకి దిగి వున్న కాసిన్ని నీళ్ళు సిందర వందర సేస్కుంటా, పడిపోయిండే కుడాలనే పదం కోసం పుడకలాడేది మొదలు బెట్నెంట. మన ఎ(్రోడట్లా ఏందో పెద్ద లిబ్బే వాల్ల నాయిన గంటో పారేసుకున్నోని మా(్రది నీళ్ళల్లో దేవులాడుతాంటే, సుట్టు పాతల బట్టలు వుతుక్కునే సాకలోల్లు, సిన్నా బన్నా స్యాపలూ పట్టుకుందామని ఒచ్చిన బెస్తోల్లూ, ఆడీడికి బొయ్యే

వాళ్లీల్లూ అందరూ గుమిగూడి 'అయ్యయ్యో కొడకా యాలట్లా పుడకలాడ్తాన్నావప్పా యేం పడిపొయిండాది' అనడిగితే? మన ఎర్రోడు ఏడుపు మొగం పెట్టి ముక్కు సీదుకుంటా 'హోన్నో వోక్కో యాల సెప్పుకోవల్లలే నా అగసాట్లు మాయత్త అదే పనిగా ఇంత లావు పెదింత పొడువు ఎర్రగా వుండి నిగనిగ లాడేది ఇచ్చి పంపిచ్చిండ్య. బద్దరంగా మా ఇంటికి కొండోని బోతాంటే వ్యానాలి వ్యానెక్కా ఈడనే యాడో పడీ పొయిండాది, యెంత ఎతికినా కనపడిస్తాంటే ఒట్టు' అని అంగలార్సినంట.

ఆడు ఎర్రోడని తెలీని ఆ ఎర్రిమాలోకం తిక్క జనాలు వాడింకా యా బంగారు ముద్దో పడేసుకున్నాడేమో అని అందరూ ఆ వుచ్చలు పోసినన్ని నీల్లలోకి దిగి సిక్కాబట్టా వాల్లు గుడకా యెతక బట్రంట! సివరాఖరకు యెనకటికి ఆల్లెవరో సగరులు తవ్వినట్ల ఇసక గుడకా ఎత్తెత్తి కుప్పలు బోసి దేవులాడి, సందె మునిగే పొద్దుకి సాల్జేసుకొని వుస్సురనుకుంటా ఎవరి దావలు వారు బట్రంట? ఇంగ మన ఎర్రోడు పెద్ద పెద్ద అంగలు ఏస్కుంటా ఇంటి కాడికి బొయ్యి పెండ్లాన్ని కేకలేసి బయటకు పిల్సి, 'ఇద్గో మియ్యమ్మ ఇంత లావు పెదింత పొడువు ఎర్రగా నిగనిగ లాడేవి సేసి పెట్టిండాది! అవి నాకు ఇప్పుటి కిప్పుడే సేసి పెట్టు' అని మంకు పట్టు పట్టినంట. ఆయమ్మకు గానీ ఎర్రోని వాల్లమ్మకు గానీ ఇంతైనా అర్థం కాక 'ఏంటివిరా అవి' అని అడిగిరంట అయోమయింగా.

'నియమ్మా రంకుదానా మీయమ్మ అంతగా సేసి పెట్టిండాది నీకు గుడకా సేసేకి ఒత్తాయని సెప్పిండాది ఇప్పుడు అడిగితే ఏంది ఎక్కడా అని అడుగుతావా' అని యాడ్యాడుండే అక్కసంతా ఎల్లగక్కినంట. వాల్లు 'నీ మొగం ముయ్యా అవేంటివో సెప్తే కదరా సేసి పెట్టేకి' అని అనేతలికి, మన ఎర్రోడసలే పడిపోయిన ఆ పదం దొరక్క పుడకలాడి పుడకాలాడి యిసుగొచ్చి గంగ వెర్రులు ఎత్తిన్నట్లు అర్ద రేత్తిరి అంకాలమ్మ శివాలు మాద్దిరి, పారిపొయ్యి ఇంట్లోని సంగటి కెలికే తెడ్డు తెచ్చి పెండ్లాన్నీ, అడ్డమొచ్చిన వాల్లమ్మని పరగారిచ్చి పరగారిచ్చి కొట్టేది మొదలు బెట్నంట.

వాల్ల అరుపులిని సుట్టు పాతలుండే జనాలంతా బిరిక్కిన పారొచ్చి ఎర్రోని సేతిలోని సంగటి కెలికే తెడ్డు కట్టి లాగవతల పారేసి, 'నీకిదేం పొయ్యే

కాలంరా నాబట్టా ఇట్టా కొట్టి సచ్చిండావు, ఇగ సూడు ఎంతింత లావు కుడాలొచ్చిండాయో యిల్ల పైమింద' అనే తలికి... మనోడు సంతోసం వుగ్గబట్టు కోల్యాక పైనుండి కిందికి ఎగిరి ఓ దుంకు దుంకి 'ఆ అవే అవే అత్తో అవే అవే కుడాలు కుడాలు, ఆ కుడాలు సేసి పెట్టమంటే వూర్కే అసెడ్డాలు మాట్లాడతాండారు నాయాల్ది మాయమ్మా' అని ఏడుపు మొగం బెట్నంట పాపం ఎఱ్రోడు...

మీరెంత మాత్రం నగిండారో ఏమో గానీ నేను మాత్రం మా నాయిన వర్ణించి వర్ణించి సెప్తాంటే పడి పడీ నగుతాంటి గానీ? తీరా ఒక వయసొచ్చినంక, కొంచెం ఆలోసన సేసేది మొదులు బెట్నంక, మా సీమ లోని నూరారు పల్లెలు గిరికీలు కొట్టుకుంటా, ఆడ జనాల పాట్లు మరీ ముఖ్యంగా మా సీమ రైతన్నలు పడబాట్లు సూసినంకా ఎంత ఏడ్చుకున్నానో మీకింతగానీ తెలీదప్పో. యాలంటారా సెప్పిండా కదా కరువు మాతల్లి మా కొంపల్లో కరాళ నృత్యం ఆపకుండా సేసి సత్తాండాదని, ఇక్కడి బండరాళ్ళు గుండ్రాల్లు మాద్దిరే మా రైతన్నలు గుడకా స్యానా స్యానా మొండోళ్ళు గాబట్టి ఇంగా మనందరి నోళ్ళలోకి అంతో ఇంతో కబళం దిగుతాండాది గానీ, ల్యాకుంటేనా అప్పుడప్పుడు వారానికి ఓసారైనా తాలు గింజల మాద్రి భూమమ్మని నమ్ముకొని రాలిపొయ్యే అప్పు సప్పుల రైతన్నల మాద్రే మేం గుడకా తినేకి ల్యాక అందరమూ కట్ట గట్టుకొని సావాల్సిండ్య. ఈ కరువు దెబ్బలకి మా సీమ జనాలు ఎవురన్నా పిడికెడు రాగులు వొళ్లోకి పోస్తే సెవిలో కమ్మలు ముక్కులో బులాకీలు పారేసిండారని గుడకా సెప్పిండా కదా. గంజి కూడా గతిలేనోల్లు బలుసాకు తిని పేనాలు వుగ్గబట్టుకున్నారని గుడకా సేప్పిండాగదా...

ఇంగ అందర్కీ తెలీని ఇంకో సంగతి ఏమిడిదంటే? ఇట్టా కరువు దెబ్బకి పొట్టికాగారం ల్యాక మా సీమ జనాలకు ప్రత్యేకించి ధర్మారం కొచ్చెరువు బుక్కపట్నం యెంగళమ్మ సెర్వు నల్లమాడ కదిరి గోరంట్ల ఇట్టా సుట్టు పాతలంతా వుండే అందరికీ క్షయ వ్యాధి తగులుకొని అల్లాడి ఆకులు మేస్తాండారప్పో. దానికి తగ్గట్టు ఆ కాలంలో ఎవిరికైనా క్షయరోగం ఒచ్చిండాదంటే ఇంట్లోకి గుడకా రానిత్తా వుండ్లేదు. ఎవరో మాన్నబావులు మదనపల్లి తావులో ఈ రోగం బాగసేసేకి ఆసుపత్తిరి పెట్టిండారంట అప్పట్లో.

పోనీ ఇప్పుడైనా మా పల్లి జనాలేమైనా ఆరోగ్యంగా వున్నారా అంటే అదీ లేదప్పో! యాల సెప్పుకోవల్లలే కడుపు సించుకుంటే కాళ్ళ మింద గాదు మొగం మీద పడతాది?

ఈ టీవీలు సెల్లుల్లో నీ గొట్టాలు వాట్సాపులు లాంటి నానా దరిద్రాలు వొచ్చిన తర్వాత ప్రతి గొట్టంగాడు సెప్పేవన్నీ ఇని సచ్చి పోతాన్నారు అనుకోండి, అంతేనా ఆ సామిట్టా జెప్పినాడు ఈ సామిట్ట జెప్పినాడని, లేని పోనివన్నీ సేసుకుంటా కడుపు మాడ్సుకొని అయిన పోయిన రోగాలన్నీ నెత్తి మిందకు తెచ్చుకోని సచ్చి పోతాండారప్పో! అప్పుడంటే కరువుకు పిడికెడు కూడుకి మొగం వాసి సచ్చి పోయిండారు నిజమే. ఇప్పుడేమో మేము ఆ మాలేసినాం ఈ మాలేసినాం, ఆ మాసం ఈ మాసం, ఆ వారం ఈ వారం, పీర్ల సాములు కొత్త సాములూ కొత్త కొత్త గురువులూ అనుకుంటా పూర్వం నుండీ వీల్లిండ్లలో వీల్ల పెద్దోల్లు కంచాల్లో ఏమి తినిండారో మర్సి పొయ్యి, యాడ లేని నాజూకుదనం తెచ్చుకొని మల్లా మందులకు గుడకా లొంగని క్షయ రోగాలొచ్చి అల్లాడి సచ్చి సున్నమైతాన్నారంటే నమ్మండి మాన్నబావుల్లారా...

ఏమన్నంటే ఎంగిలి పూసుకొని ఏడిసి సత్తారు కానీ, నాయకం జనాలు ఒగోరాగోరొచ్చి ఒగోరకంగా మా సీమని ఫాచ్చనని రక్త చరిత్రని గబ్బు లేపుతాండారు గానీ, మా సీమలో నిజమైన ఫాచ్చను ముమ్మాటికీ ఇక్కడి కరువేనప్పో? ఇక్కడ కూడు కురాకు ల్యాక వత్తాండే అలవి కాని రోగాలే మా రక్త చరిత్రప్పో, అన్ని కతల్లో మాద్దిరే దీనికి గుడకా నాక్యాలొచ్చిన లంపటమని ఇడ్సిపెట్టేకి యాడైతాదప్పా, మా నాయిన్నాకు సెప్పిన పీనుగు మింద పీనుగు లేసొత్తాంటే! యాటికని పారెక్కేకైతాది? కత సెప్తానినండి మల్లా...

మన్నన : గోదా శబరి వాడుకలో గోదాబరి నుండి గోదావరి గోదారిగా స్థిరపడినట్లు? మా కర్రి ఆవుల పల్లి వాడుకలో కర్రావుల పల్లి కరావులు పల్లి, ఇంగ్లీష్ టు తెలుగు వాడకంలో కరవుల పల్లిగా సంతరించుకున్నప్పటికీ... ఇక్కడి కరవుకు ప్రతీకాత్మగా కథ కోసం ఇలా వాడుకోవలసి వచ్చినందుకు మన్నించాలి...

రచనా కాలం నవంబర్ 2019

పీనుగు మింద పీనుగు లేసొత్తాంటే!
యాటికని పారెక్కేకి ఐతాదప్పో?

యా రాయైతే యేమి దవడలు అదర గొట్టుకునేకని? యా పల్లె కొంపలోనైనా అదే రంకు బొంకు రావిడేనప్పో! ఎనకటికి యాదో పల్లె కొంపలో కూలీ నాలీ సేస్కునే ఒగ బోడోడు వున్నంట లేండి, ఆడు అట్టా ఇట్టా పనోడు గాదంట, పనికి గినా ఒగసారి వగబడినాడంటే ఎద్దులు అల్సి అల్లాడి పోవాల్సిందే గానీ మనోడు కొంచెమైన సమసేవాడు గాదంట.

అట్టాంటోనికి ఇంగా లేత పాయం లోనే వాల్లమ్మ ఆడీడ ఎదుక్కోనొచ్చి ఓ బోడెక్కను కట్ట బెట్టి కాలం జేసినంట. పల్లె కొంప లోని రెడ్డొల్ల సేన్లో వుండే పసల కొట్టంలో ఓ మూలకి వీల్లు కాపురం వుండేటోల్లంట. బోడెక్క చూసేకి కర్రిగున్నా ఆ పిల్ల అంగ సొట్టవం అట్టా ఇట్టా వుంటాండ్లేదంట. ఆ పిల్లను సూసి జొల్లు కార్సుకోని సిత్తకార్తి నాయాల్లంటూ ఆ పల్లి కొంపలోనే ఎవరూ లేరంట.

కాకపోతే మన బోడోడెంత మంచోడో ఆనికి గినకా బింగి గినకా రేగిందంటే వానంత సెడ్డ నాకొడుకే ఇంకోడు లేడంట. ఒగతూరి ఎవరో దొంగ నాయాళ్ళు కంది సేన్లో కాపు దూసక పొయ్యేకి అర్ద రేత్తిరి పడింటే, మన బోడోడు కాడిమాను ఎత్తుకొని ఆల్లని పరగారిచ్చి పరగారిచ్చి కొట్టినాడని

పల్లి పల్లింతా మనోడి యీరత్వం గురించి కతలు కతలు కోళ్ళై కూస్తాంట్రంట లేండి. అట్లైమన బోడోని పెంగలాము బోడెక్కను సూసి అందరూ గుటకలు మింగుతా వుండ్రంట గానీ, కనీసం పలకరిచ్చే వట కాయలు గుడకా ఎవనికీ ల్యాక పాయినంట...

పనీ పాటా సేసుకుంటా వాల్ల మానాన వాల్లు ఎక్కడికి పోతివి పొద్దాని సిలకా గోరింకల మాద్రి, ఎవురి సుద్దులకు పోకుండా కాలం నెట్టుకొస్తాంటే? కాలం ఎప్పుడూ మన పక్కనే వుండదు గదప్పా! మన బోడోనికి ఇంగా కనీసము పజ్జెనిమిదేండ్లన్నా నిండకనే? యాల్నో కనులు మసక మసకగా మబ్బులు కమ్మినట్ల కావడం మొదలాయినంట. పెంగలాము బోడెక్కతో బోడోడు వాని కండ్ల లోకి వండిన ఆముదము పోయిచ్చుకొని సూసినంట, ఆల్లూ యీల్లూ సెప్పిన మాట్లిని ఆకు పసర్లు, కాటుకలు కండ్లకు పెట్టుకున్నెంట, బాలింత సనుబాలు పోత్తే గునెం కనిపడిత్తాదంటే పాప్పమ్మ మన బోడెక్క పొయ్యి ఎవర్నో బంగపొయ్యి కాసిన్ని పాలాడిలో తీసుకొచ్చి మొగుని కండ్ల లోకి పోసినంట. వూహూ యేమేం సేసినా యెటువంటి గునెం కనపడక.

కడపటికి అదేం యిసిత్రమో కార్తీక మాసంలో సందె పొద్దు బిరిక్కిన మునిగి పాయినట్ల మన బోడోని కండ్లకు పగలూ రాత్తిరనే తేడానే ల్యాకుండా కండ్ల మింద కంబళి పర్సినట్ల పూర్తిగా కటిక సీకటి ఐపాయినంటప్పో! ఐనా మన బోడెక్క పాప్పమ్మ మొగున్ని సన్నబిల్లోని మాద్రి సూస్కుంటా కూలీ నాలికి పొయ్యి సాక్కుంటా, పల్లిలో వుండే బొడ్రాయి మొదలుకొని మారెమ్మ పోలేరమ్మ ముత్యాలమ్మ నల్లలమ్మ సుంకలమ్మ అంకాలమ్మ నూకాలమ్మా ఇట్టా అందరికీ నల్ల కోళ్ళిచ్చి మ్యాక పోతుల్ని గావు పట్టిచ్చి చల్ల పోసి కుంభం ఎత్తుతానని మొక్కుకున్నెంట, గుళ్ళో పూజారప్ప సెప్పిన మాట్లిని పొద్దు పొద్దున్నే గుడి సుట్టూరా సుట్ల మింద సుట్లేసినంట, నడ్డిరిగి పోయేతట్ల వంగి వంగి నమస్కారాలు సేసినంట, పడుకొని గుడి సుట్టూతా పొర్లు దండాలు పెట్టినంట?

మీకు తెలీంది ఏముందప్పో గుళ్ళో రాయి వులికేనా పలికేనా అదీ పేదోళ్ళకైతే ఆయప్పసలు పెదవన్నా కదిలిచ్చి సత్తాడనేది అబద్దం కానీ, మొత్తానికైతే మన మొండి బోడోడు కాస్తా ఆ పల్లి కొంపలో ఇప్పుడు గుడ్డి

బోడోడు ఐపాయనంటప్పో! సెప్పిండాగదా ఆ పల్లి కొంపలో అందరి కండ్లూ ఆ పిల్ల మిందే వుండేటివని? ఇంగ బోడోడు కండ్లు కనపడక కొట్టం లోనే వుండిపొయ్యే తలికి, ఆ పల్లిలో పిల్ల పిల్ల నాయాల్లకు గుడకా నెత్తికి కొమ్ములు మొలసినట్ల కండ్లకు సలపరం మొదలాయినంట. బోడెక్క యాడికి పన్లు సేసేకి పొయినా, ప్రతి అడ్డమైనా నాయాలూ వాల్ల పన్లన్నీ పంచేటు చేస్కొని మల్లీ బోడెక్క సుట్టుపాతలే తిరుక్కుంటా పరాసికాలు ఆడేది మొదలు బెట్రంట.

ఇంగ వూర్లో వుండే రెడ్డి, కరణం, మునసబు, శెట్టి, కామందు బోడెక్క పేనానికి పంచభూతాల మాద్దిరి తగుల్కొని బోడెక్క యెనకపాతలే పడి కాడాడిచ్చుకుంటా, నోటితో మెచ్చుకొని నొసటితో యెక్కిరిచ్చినట్ల, 'చ్చొచ్చొచ్చొచ్చో ఓ బోడెక్కో యాలూర్కే అట్లా అవత్త పడతావ్ గానీ నాకాడికొచ్చెయ్ అదే పన్లోకేలే ఆ బోడోని కంటే బాగ సూసుకుంటాం' అని పల్లికిలిచ్చుకుంటా వుబ్బులు మాట్లు సెప్పేది మొదలు సేసిరంట. ఐనా మన బోడెక్క నికార్సుగా పుల్లిరగొట్టినట్ల వాల్ల మొగాన తుపుక్కున వుమిసినట్ల మాట్లాడి తన పని తను సూసుకుంటా వున్నిందంట.

అదేందో కతుండాది కదా? ఓ మెకం ద్రాచ్చి పండ్లు తినేకి పొయ్యి అందక, థూ ఆ ద్రాచ్చ పండ్లు ఎవరన్నా గనక తిని సచ్చేరు పాడు పులుపు సచ్చిండాయని అడవంతా కూతలు బెట్టుకుంటా తిరిగినట్ల? బోడెక్కను పక్కలో పండేసు కోవల్లని కలలు కన్నోడంతా వుత్తిత్తినే ఆ పిల్ల బోడోని కండ్లు బొయినంక ఆనితో తిరుగుతాంది ఈనితో తిరుగుతాందని బొంకు కూతలు కూస్తా రంకు కతలు అల్లేది మొదలు బెట్రంట! అదేందో అన్నట్ల ఓ కుక్కని సంపల్లంటే ముందుగలా దానికి తిక్క తేవులు పట్టిండాయని నలుగుర్నీ నమ్మిల్లన్నట్ల ఐపాయినంట మన బోడెక్క బతుకు...

ఆ పల్లి కొంపలో అందరి కాడికీ స్యానా పెద్దోల్లైన పంచభూతాలూ యింగ యేరే పనే లేకున్నెట్ల కల్సినప్పుడంతా బోడెక్క సుద్దులే సెప్పుకుంటా వుంద్రంట. అట్టాంటివి ఇట్టాంటివి గాదప్పో బోడెక్క వాల్లను సూసి కన్ను కొట్టిందని ఒకడు, సైగ సేసిందని ఇంకొకడు, ముద్దు పెట్టింటే మురిసి పోయిందని మరొకడు, కర్సుకోంటే యిడిపిచ్చుకునేకి ఇట్టం ల్యాకపోయినా

గిలగిలా సేప్పిల్ల మాద్రి తండ్లాడిండాదని ఒకడు! ఇట్లా నరం లేని నాలుక్కెన్ని కూతలొస్తే అన్ని బొంకి మురిసి పోతాంద్రంట. అట్టా ఒకరి మిందొకరు పెచ్చులు జెప్పుకునే కొద్దీ ఇంగా బోడెక్క మీద కసీ కోపం తాపం అంతకంతకూ పెరిగి పొయ్యి? ఎవురు ముందు పక్కన పండేసుకుందామా అని బోడెక్కను గోడాడిచ్చేది ఇంగా ఎక్కువ సేసిరంట.

పాప్మా బోడెక్క అట్లా మొగున్తో సెప్పుకోల్యాక ఇటు మనసిప్పి కట్టం సెప్పుకునే వాల్లు ల్యాక లోలోపలే కుళ్ళి కుళ్ళీ ఏడుస్తాన్నెంట. సివరాఖరకు అందరూ ఓ శుక్రారం పైటేల జనాలంతా పక్కూర్లో తిరణాల్లకి పోతే సందు సూస్కోని ఇంటి కాడి కొత్తాం, యెట్ల తిరిగి మా పక్కన పండుకొని తీరాల్సిందేనని ఒకరికి తెలీకుండా ఒకరు బెదిరిచ్చి బామాలి అవీ ఇవీ ఆశ చూపిచ్చి ఖరారు సేసేసిరంట. ఛీ ఇదీ ఒగ జీవితమేనా, యీల్ల కింద సీకట్లో మానం నలుక్కుంటా యెల్తుర్లో నగు నగుతా బతికే దానికన్నా ఒగటే తూరే సచ్చిపోతే పీడా పోతుంది అనుకొని, సూసి సూసి బంగారమా కట్లా మొగున్ని దిక్కూ దివానం ల్యాకుండా సేసిపొయ్యేకి ఇట్టం ల్యాక, వచ్చిన సంకటం తప్పించుకునేకి ఇద్దరూ కట్ట గట్టుకొని సావల్లనే తీరుమానానికి ఒచ్చేసినంట.

శుక్రారం రానే వచ్చింది, ఆ పొద్దు బోడెక్క తన మొగునికి ఇట్టమని ఆరుబయల్లో మూడు రాల్ల పొయ్యి మిందికి కుండలో స్యాపల కూరెక్కిచ్చి, పక్కన కుండలోకి సంగటి కెలికేకి ఎసురెక్కిచ్చి, మొగుని సేతికి కొబ్బరి సిప్ప కాడుండే సెయి గెంటిచ్చి తడవకోసారి కూర కలబెడతా వుండమని సెప్పిడిసి, కుక్కల్యావన్నా కుండలో మూతి పెట్టకుండా సూస్కోమని మొగుని సేతికింతలావు పొడువుండే దుడ్డు కర్రిచ్చి, బాయి కాడికి పొయ్యి బిరిక్కిన ఓ బాన నీళ్ళెత్తు కొత్తానని పెద్ద పెద్ద అంగలేస్కుంటా యల్లబారి పాయినంట.

బోడోడు ఓ సేతిలో దుడ్డు కర్ర పట్టుకొని మరో సేత్తో కొబ్బరి సిప్ప కాడ సెయి గంటితో స్యాపల కూర కలబెడతా కుసున్నాడంట. ఆ పొయ్యిలో మండుతాండే సీము జాలి కంపల పొగా, కుండలో కుత కుతా వుడుకుతాండే పాత సింత పండు మషాలా వేడి వేడి ఆవిరి మన బోడోని కండ్లకు తగిలి యిపరీతంగా నీళ్ళు కారేది మొదలాయినంట. ఆడు కొంచెం కొంచెం పై మిందుండే ఒల్లితో కండ్లు తుడుసుకునే కొద్దీ? వాని కళ్ళకు కమ్ముకోండే

పొరలు కొంచెం కొంచెం కరిగి మెల్ల మెల్లగా కొద్ది కొద్దిగా సూపానడం మొదలై! అట్టనే ఓ పది నిముషాలా ఆవిరి తగిలే తలికి మనోనికి కండ్లు బెమ్మాండంగ కనిపిచ్చడం మొదలాయినంట?

బోడోనికి ఒత్తుకొని మరీ ఒత్తాండే వల్లమాలిన అలవి గాని ఆనందాన్ని వుగ్గబట్టుకోల్యాక వానికి లేసి వూరెగిరి పోయేతట్ల అర్సుకుంటా దుంకలాడల్లని అనిపిస్తాన్యా, పెంగలాము బోడెక్కని కొంచెం సేపు కుశ్యాలాడల్లని, ఏమీ ఎరగని నంగనాచి తుంగబుఱ్ఱ మాద్రి కుసోని స్యాపల కూర కలబెట్టుకుంటా, యాల్నో ఆ కూరలో ముక్కల కల్ల సూసి వులిక్కిపడి? పొయ్యే పేనం వచ్చే పేనం మాదిరి ఒక నిముసం వూపిరాగి పొయినట్లై, వొళ్లంతా సమటలు కక్కి సలీ జెరం వచ్చినోని మాద్దిరి యెన్నుపూసలో నుండి వణుకు పుట్టుకొచ్చి!

బోడెక్క యాలిట్లా జేసిందని ఒకటే సెడ్డ సెడ్డ ఆలోసనలన్నీ తలకాయి నిండకా ముసురుకుంటాంటే? కండ్లకు నీళ్ళడ్డం బడి అల్లంత దవ్వులో ఎవురో నెత్తిన ఒల్లేసుకొని ఎవరూ సూడ్డం లేదు కదాని దిక్కులు సూసుకుంటా పిల్లి మాద్రొత్తాండేది కనపడిత్తే, తీరా ఇంకొంచెం దగ్గరకొచ్చే తలికి ఆయప్ప పల్లి కొంప రెడ్డని అర్దమై నోట్లో త్యామారిపొయ్యి, మాయమ్మ సచ్చినా ఈ సగాలుకి గుడకా రానోడు ఇప్పుడట్లా ఒల్లి తలకి కప్పుకోని ఎందుకు ఒత్తాన్నాడోనని కొంచెం కొంచెం ఆలోసించే కొద్దీ బోడోనికి రకతం పొయ్యి మీద స్యాపల కూర కంటే ఎక్కువగా కుత కుతా వుడికేది మొదలై.

నేను గుడ్డోన్ని ఐపొయినానని దీని తల్లి బోడెక్క లంజరికం నేర్సిందా ల్యాకుంటే పల్లి కొంప జనాలకు నా అవిటిదనం అలుసై ఇట్టా ఇంగా ఎందరెందరు మా యింటి గడపలో ఎంగిలి కూడు తినేకి రుసి మరిగిండారో అని యోచన జేస్తా కుసున్న బోడోన్ని సూసి రెడ్డి గతుక్కుమని తనలో తాను? ఆ తలారి గానికి కల్లు తాగనీకి సేతిలో కాసులెట్టి ఆ గుడ్డోన్ని గుడకా తిరణాల్లకు కొండోని బోరా అంటే, ఆ నాయాలు యాడ తాగి పడిపొయినాడో అని తిట్టుకుంటా, ముందుకు పోవల్లనా ల్యాకుంటే ఎనకలికి దావ పట్టల్లనో అర్దం కాక కొంచేపు తటపటాయించి, ఏదైతే అదైంది యాన్ని మెల్లిగ దాటుకొని కొట్టం లోకి పొయినామంటే, బోడెక్క లోపలికి రాంగానే నోరు మూసేసి కిందా మిందా పడైనా సరే ఈ పొద్దా కక్కుర్తి తీర్చుకోవాల్సిందే అని

మంకుపట్టుతో మెల్లిగా మన బోడోన్ని దాటుకునేకి అడుగులో అడుగేయడం మొదలు బెట్నుంట రెడ్డి.

'ఛూ వ్యానాలి వ్యానక్కా యాట్నించి ఒచ్చిందో యేమో ఈ పెద్దింటోల్ల కుక్క దీనెమ్మా ఆల్ల కొంపల్లో తినేది దీనికి సరిపోలేదా, మల్లీ మా కొంపలతాకి మా పియ్యి పిసకా తినేకొచ్చిండాది' అని యిసుక్కుంటా బోడోడు సేతి లోని దుడ్డు కర్రెత్తి రెడ్డిగాని నడ్డి మీదొకటి బలంగా యిడిసినంట. బోడోని దెబ్బకు యాడాడుండే లోకాలన్నీ కండ్ల ముందరే కన్పిత్తాంటే తేలు కాదు మండ్రగబ్బ పీకిన దొంగ మాద్దిరి పాపుమ్మ రెడ్డి కిముక్కుమని కూడా అనల్యాక నడ్డి నిమురుకుంటా ఇంగో యేటు యాడేత్తాడోనని కుక్క మాద్దిరి కుయ్యి కుయ్యిమనుకుంటా ఓ పక్కన నిలబడే తలికి, బోడోడు పక్కనుండే మూగిటి తీసుకొని దాంట్లోకింత స్యాపల స్యారూ రెండు ముక్కలూ యేసి? కుక్కను అదిలిచ్చినట్ల రెడ్డిని అదిలిచ్చుకుంటా ఆ మూకుడో మూలకు తీస్కబొయ్యి పెట్టి, 'నియ్యక్కా తిని సాయ్యే మొరిగినావంటే ఈసారి నెత్తి మింద దడిమేటు పడతాది సూస్కో' అని కండ్లు కనపడనోని మాద్దిరి ఎప్పుడాకట్లనే తారాడుకుంటా బొయ్యి మల్లీ పొయ్యి కాడ కుసున్నెంట!

పాపుమ్మ రెడ్డి కిమ్మనల్యాక మల్లీ బోడోడు అన్నంత పనీ యాడ సేత్తాడోనని, వుడుకుడుకు స్యాపల కూర కుక్క కంటే బగసీనంగా బొక్కలాడి ఓ దాపులో యెవుర్కీ కనపడీకున్నెట్ల మాటేసుకుని కుసున్నెంట. ఈలోపు ఇట్లనే ఒకరి తర్వాతొకరు కరణం మున్సబు శెట్టి కామందు పంచభూతాలన్నీ యెల్లొచ్చి బోడోని పంచన బడితే వాల్లకు గుడకా దుడ్డు కర్ర పూజ సేసి, వాల్ల మొగానికి గూడా కుక్కలకు ఏసినట్లింత స్యాపల స్యారు ముక్కలు కుమ్మరిస్తే వాల్లూ బితుకూ బితుకూ అనుకుంటా గతికి తలాకో మూల ముంగీసల మాద్రి తొంగుండ్రంట?

యా పాపుమ్మ తెలీని బోడెక్క కండ్లలో వచ్చే నీళ్ళతోనే బాన నిండిందేమో అన్నెట్ల కుమిలి కుమిలి యేడ్సుకుంటా కొట్టం కాడికొచ్చి నీళ్ళ బాన దించి, కండ్లు మూస్కోని ఆకాశం కల్ల రెండు జేతులూ జోడించి 'పరమాత్తమా యాలప్పా నాకిట్లా ఆడ జనమ ఇచ్చిండావు, ఇచ్చినా గుడకా బీదరాలుగా యాల పుట్టిత్తివప్పా, పుట్టిచ్చినా బంగారమాకట్ల మొగునికి కండ్లు ల్యాకుండా

యాల జేస్తివప్పా, నా మొగుని కండ్లు బాగుంటే వూరోల్ల కండ్లన్నీ నామింద పడతాన్యా, అందుకే ఇట్లా బగసీనం బతుకు యాల బతకల్లని, మిన్నాగుని తెచ్చి కూరొండిండాను, తప్పో ఒప్పో నేనూ నా పెనిమిటీ తలాకింత తినింగ మా ఈ బతుకులు సాలిత్తాము, వచ్చే జనమలోనైనా మమ్మల్ని సల్లగ కాపాడప్పా స్యామీ' అని పలవరిత్తాంటే!

ఎనక మాట్న దుడ్డు కఱ్రతో నెత్తి మింద బాది బోడెక్కను యేటుకు సంపేద్దామని పొయిన బోడోడు పెంగలాము గోడిన్యీ, తను గుడకా గోడోమని యేడుస్కుంటా పారి పొయ్యి బోడెక్కను దబ్బల కర్సుకొని సిన్న పిల్లోని మాదిరి పొగిలి పొగిలి యేడ్సుకుంటా? 'అవునమ్మీ ఆఖరికి గొప్పోల్లింట్లో కుక్కగా పుట్టిడిసినా పర్లా గానీ, ఇట్లా గొడ్ల కంటే ఈనం పాలేరు బతుకులు మనకొద్దుమ్మీ. నువ్వింత నికార్సైన దానివని అరతం సేస్కోల్యాక ఆ పాము కూర మొత్తం మన కొట్టంలోకి దూరిండే ఆ పాపిట్టి నాయాల్లకు పెడితే పాముకొని తిని సచ్చిండారు ఇంగా వున్నారో సచ్చినారో నాయాల్లు సూద్దాం రామ్మీ' అనేతలికి...

బోడెక్క బిత్తరపొయ్యి ఆనందమూ భాధా కలగలపిన ఆచ్చెర్యంతో 'మావా నీ కండ్లు కనిపిడిత్తాన్నాయా' అని కావులిచ్చుకున్న బోడోన్ని మరింత గట్టిగ కర్సుకొని తను గుడకా మరింత పొగిలి పొగిలి యేడుస్తాంటే, బోడోడు సముదాయిచ్చి ఆ పంచ భూతాల కాడికి పొయిజూత్తే? ఇంగేముంది మిన్నాగు కూర తిని ఆల్ల పంచ పేనాలూ యాపొద్దో పంచ భూతాల్లో కల్సిపొయింటే, యేం జెయ్యల్లో అరతం కాక అట్నే స్యానా సేపు కూలబడిపొయ్యి, కొంచెం తడవకు తేరుకొని మెల్లిగా యోచన చేసేది మొదలు బెఱ్రంట?

అదేందో సావు తెలివి తేటలన్నట్ల ఆల్ల పై మింద తెల్ల పంచెలు పీకి వాళ్ల పీనుగులకే సుట్టి ఆ పంచ భూతాలకి ఒకే రకంగా పంగ నామాలు బీకి, పసల కొట్టం తావ పంచలో ఒక పీనిగని పండేసి, బోడోడో మూల్న యేం యెరగనోని గుడ్డోని మాద్రే కూకుంటే, బోడెక్క సీకటి పడతాండే పొద్దుకి, పల్లి కొంపకి కాపలా వుండే వెట్టి కాడికి పొయ్యి, 'మావా యీరయ్య మావా వుండావా లేదా' అన్నెంట, ముంతకల్లు తాగి కళ్ళు మూతలు పడతాంటే బలంతాన కండ్లిప్ప దీస్కొని 'ఎవురదీ ఓ నువ్వా బోడెక్కా యాల పపా ఇంత

పొద్దులో వచ్చిడిసినావు! బోడేనికేం కాలేదు గదా?' అని తూలుకుంటా అడిగినంట.

'అయ్యో మామా యాల సెప్పల్లలే మా కన్నగసాట్లు ఆరేవా తీరేవా గానీ, దిక్కూ దివానం లేని మా బతుకులకి మేము దప్ప యెనకా ముందూ ఎవురూ లేని, అయిన పోయిన సుట్టపాతం ఒక్కాప్ప మమ్మల్ని సూడల్లని బిడువు సేస్కోని దూరాబారం నడిసొచ్చి ఆయాసంతో మా పంచ కాడనే పేనాలు ఇడిసిండాడు. మాకింక ఈ వూల్లో అయిన పోయిన సుట్టపాతి నువ్వకడే గద మామా ఇంగొవరితో సెప్పుకోల్ల జెప్పు, పల్లి కొంపంతా తిరణాల్లకు బొయిండారు, ఎదుకుదామంటే కుక్కలు గుడకా లేవీడ, దేవుడి మాద్రి నువు తప్ప సెయి పట్టే వాల్లెవరు జెప్పు, ఎట్టన్నా గానీ ఇంగా పల్లి కొంప లోకి జనాలు రాక ముందే, ఆ పీనిగిని ఎత్తక బొయ్యి వూరవతల కాడులో వుండే ఆ పాత పెద్ద బాయిలో పెదింత రాయి కట్టి పారెక్కి రాప్పా, పల్లి కొంపలో జనాలకు తెలిసిందంటే దివసాలు చెయమంటే యాడ్నించి వెచ్చాలు దెచ్చి సావల్ల నీకు తెలీందేముంది మాన్నబావా మనిండ్లలో పొయిలో పిల్లి లేయల్లంటే ఎంత కట్టమో' అనేతలికి...

'సర్లే పాపా యాలూర్కే గోడాడిత్తావు గానీ కనీసం యాపొద్దైనా ఇంత కూలికి పొయిండే కాసులు మిగిల్తే నా మొగానికింత సెంబు సారాయైనా పోపీ' అని యిసుక్కుంటా, ఒక సేతిలో ముల్లుగర్ర తీసుకొని మరో సేత్తో గబ్బు నూనె సెయిబుడ్డీ అందుకొని బోడెక్క పంచకాడికి తూలుకుంటా పొయ్యి పంచ భూతాల్లో మొదటి పీనుగుని యెత్తుకొని, 'యెయ్యి గొడ్లు తిన్న రాబందు ఒక్క గాలీ వాన దెబ్బకు సచ్చినట్ల, ఈ పాడు నాకొడుకు ఎన్ని పీనుగులు ఎల్లిచ్చిండాడో యేమో గానీ ఈ ముదనట్టం పీనుగ్యాల పపా ఇంత బరువు సచ్చిండాది' అని తిట్టుకుంటా, ఆ పీనుగుని భుజం మీదేసుకొని కాడు వైపుకి అడుగులేత్తాండే యీరన్నతో, 'మావో పారెక్కి యాటి కన్నా అట్లనే బొయ్యి గియ్యేవ్, బిరిక్కిన యీటికే రా నెత్తి మింద నాలుగు సెంబులు నీళ్ళు కుమ్మరిచ్చుకొని పిడస కూడు గతికి పోదువు గానీ' అని బోడెక్క అరుత్తాంటే 'సర్లే పపా యాలూర్కే పల్లె కొంపకంతా యినబడేతట్ల అరుత్తావ్ గానీ' అని సణుక్కుంటా, నాలుగు ఫర్లాంగుల దూరంలో వుండే

కాడు లోని పాత పెద్ద దిగుడు బాయి లోకి ఆ పీనుగుని ఇంత లావు గుండేసి కట్టి యిసిరి? తొణక్కుండా బోడెక్క పంచ కాడికి సేరుకునే తలికి, బోడెక్కా బోడోడు వాల్లింటి కాడ పంచలో ఇంగో పంగ నామాల పీనుగ దగ్గర అంగలార్సుకుంటా కుసోండేది సూసి యీరన్నకు తాగిన మంపరం సగం దిగి పొయ్యి!

'యిదేంది పపా ఇంగో పీనుగ యాడ్నింకా వచ్చిడిస్య' అని నోరెళ్ళబెట్టే తలికి, బోడోడందుకొని 'యిదిగో సిన్నాయనా యాలట్లా పొల్లు మాట్లు సెప్తావ్, ఇంగో పీనుగేంది అదే పీనుగే కదా ఇది, వుచ్చ బోస్కోని ఒత్తానని అప్పుడనంగా పొయినోడివి, యాడ పడిపొయిండావో అని మేము యదారు సేసి సచ్చిపోతాంటే, మల్లీ ఇట్ల పీనిగ దగ్గర యాలప్పా నీ పరాసికాలు బిరిక్కినట్ల ఎత్తక పొయ్యి ఆడ పారెక్కి రాప్పా నీకు పున్నెముంటాది మాన్నబావా, వచ్చే జలమలో సచ్చి నీ కడుపులో పుడతాం కానీ, యాలూర్కే కాడాడిచ్చి సంపుతావు గానీ మమ్మల్ని' అనేతలికి, యీరన్న తీటలు పెడతాండే భుజాలు ఒగసారట్లా తడుముకొని, రెండో పీనుగని ఎత్తుకొని యిదేందిది యిసిత్రం ఇంతకు ముందు నిజంగా పారెక్కినానా ల్యాకుంటే తిక్క కల్లుకేమైనా కండ్లు తిరిగి పడిపొయిండానా అని గొణుక్కుంటా ఆ పీనుగని గుడకా పారెక్కి బోడెక్క పంచకాడికి ఒచ్చే తలికి మల్లా ఇంగో పీనుగని సూసి నోరెళ్ళబెట్టిన యీరన్నతో బోడెక్క, 'బాగుంది మామోయ్ నీ సోద్యం ఎవురన్నా సూత్తే నువ్వింతకు ముందు పీనుగని పారనూకొస్తె అది మల్లీ నీకాడికి ముందుగలగనే మా పంచ కాడికి సేరుకున్నట్ల ఆ మొగమేంది అట్లా పెట్టిండావ్' అనేతలికి పాపం యీరన్న థూ యీన్యాలి యీన్యక్క ఆ ఎల్లిగాడు ఈత కల్లు లోకి యేమిడిది కలిపి సచ్చిండాడో యేమోనని తిట్టుకుంటా మూడో పంగ నామాల పంచ భూతాన్ని ఎత్తుకొని యెప్పుడు మాద్రే పారనూకి ఒచ్చేతలికి ఇంకో పంగ నామాల పీనుగని యీల్ల పంచలో సూసి నమ్మల్యాక కండ్లార్పి! యీపొద్దు గ్యాచాలం బాగల్యాక గినకా నేను యా భూచక్కరం తీగన్నా తొక్క సచ్చిండానో యేమో యీడీడే తిరిగి సచ్చిన్నట్లై పొయిండాదని యిసుక్కుంటా మల్లీ నాలుగో పంగ నామాల పీనిగి నెత్తుకొని ముక్కుకుంటా మూలుక్కుంటా, ఈసారి పెదింత లావు బండ కట్టి బాయి లోకి పారనూకొత్తే, మల్లీ యీల్ల పంచలోకి ఒచ్చేతలికి ఇంకో పంగ నామాల పీనుగని చూసి కింద కూలబడి పొయ్యి?

'ఒర్యా అప్పయ్యా బోడోడా నేను నా జీవితంలో యెన్నో పీనుగల్ని సూసిండాను, ఎన్నో మోసిండాను గానీ నాకే పంగ నామాలు పెడతాండే పీనుగునిప్పుడే సూత్తాండాన్రా, మోసి మోసి భుజాలు పడిపొయ్యి కాళ్ళు పాతాలం లోకి పొయ్యేతట్ల కనిపిత్తాండాయి గానీ దీనెమ్మ ఈ పీనుగేమో బాయిలో ఆడ మునిగి ఈడ తేల్తాంది, ఈతూరి గినకా ఇది గినకా మళ్లీ మీ పంచకాడికి ఒచ్చిందనుకో థూ నేను మాయమ్మా నాయినకే పుట్లేదనుకో, దీనెమ్మా మోసే కొద్దీ అంతకంతకూ బరువు పెరిగి సత్తాందీ పీడ పిశాచి పీనుగు' అని కన్నకూతలు తిట్టుకుంటా...

చిట్ట చివరి పంచ భూతాన్ని కాడు లోపల పెద్ద బాయి దగ్గరికి కొండోని బొయ్యే తలికి అప్పటికే తూరుపు దిక్కు యాగిటి కొచ్చిన తొలి చూలు పడుచు మాద్రి యెర్రబారేకి సిద్దంగున్నెంట. పాపృమ్మ యారన్న పెదింత లావు గుండు యెదికెదికి కట్టి ఆ పీనుగని బాయిలోకి దొర్లిచ్చి, మళ్లీ ఆ పీనుగ యాడ పైకి లేసొత్తాదోనని ఆడ్నే గొంతుకుసున్నెంట. ఆ దినం శన్యారం కావడంతో ఎవరో దాసప్ప ఆ బాయి లోకి పొద్దు పొద్దున్నే దిగి కాళ్ళు సేతులు మొగం కడుక్కోని పంగ నామాలు పీకి నాలుగు పల్లి కొంపల్లో అడుక్కుందామని గడ్డు మీదికి ఎక్కొత్తాన్నంట?

ఇంగేముంది మన యారన్న 'నియ్యాలి నియ్యెక్క యింగా ఎన్ని తూర్లు ఎక్కొత్తావే నీ పీనుగని పిశాచాలు పీక్క తినా' అని బలం కొద్దీ దాసప్పని బాయి లోకి దొబ్బల్లని సూత్తాంటే, యిసయం తెలీని దాసయ్య పేనాల మీద భయంతో కూతలేస్కుంటా యారన్న వుడుం పట్టు నుండి జారి పొయ్యి! అల్లల్లల్లా అని నోరు కొట్టుకుంటా ఆయప్ప జాగిటి బోనాసి గడస్థంభం అన్నీ ఆడ్నే యిడ్సిపెట్టి? ఆ దిగుడు బాయి మెట్ల అంచుకు జారినట్ల దిగిబొయ్యి! బాయి లోపల ఆ రాయీ ఈ రాయీ పట్టుకొని అవతల గడ్డుకి సేరుకొని బిరబిరమని వుడుం మాద్రి పైకి యెగబాకి, యెనిక్కి తిరక్కుండా దొరికిన దావల్కి అడ్డంబడి సీకటి దావల్లో యారన్న కండ్లకి కనపరాకున్నెట్ల పరగారి పరగారి పాయినంట?

ఈరన్న మళ్లీ గినకా పీనిగి బయటకొత్తే బాయిలోకి దొబ్బల్లని ఆడ్నే అటమేసి కుసోని అల్సిపొయి ఒళ్ళెరక్కుండా నిద్దరబోతే, తిరణాల్లకి బొయ్యి

యెనక్కి పల్లి కొంపకి మర్లస్తాండే జనాలు, ఏంది దెయ్యాల బాయి కాడ యీరన్న ఇట్ట పడిపోయిండాడని సేతల మీదెత్తుకొని వాల్ల ఇంటి కాడికి సేర్చిరంట! సందకాడ తీరిగ్గా లేసి కుసున్న యీరన్న సెవిలో? పల్లికి పట్టిండే పీడ పంచ భూతాలు పల్లి కొంపిడిసి కట్ట గట్టుకొని తిరణాల్లలో దొమ్మరాట్లు ఆడుకునే పిల్లెనకంటి తిక్కబట్టి ఎల్లిపోయిండారని జనం గుసగుసలు బోతాంటే యిని, రేత్తిరి తాను మోసిన పీనిగలు లేసి లేసి బయటకొచ్చిండేది గ్నప్తికొచ్చి ఒళ్ళంతా జలదరిచ్చి గుండెలో యాడలేని భయము పుట్టుకొచ్చి నోటి మాట పడిపొయ్యి కాటి కాపరి కాడికి మంత్రిచ్చుకునేకి పరగారి పాయినంట...

యింగేందుంది... కథ ఆ బాయిలోకి మనం అసలు యిసయం లోనికి, వున్నట్టుండి మంచి పాయంలో ఇట్టా గుడ్డోల్లైన బోడొల్లు మా తావ స్యానా మందే యా పల్లి కొంపల్లోనైనా ఒగరూ ఇద్దరూ కనిపిత్తానే వుంటారప్పో, యాలంటే సెప్పినా కదా డొక్కల కరువు దెబ్బకి పేగులు ఎండిపాయిన బతుకులు మావి, సరైన పౌట్టికాగారం ల్యాకనో, ల్యాకుంటే దగ్గిర దగ్గిర సంభందాల్లో పెండ్లిల్లకు కుండలు మార్సుకొనో. ఇట్టా ఇప్పటికీ ఎదికితే స్యానా మందే కనిపిత్తారప్పో. ఇంగ ఒకప్పటి పంచభూతాల గురించి ఎవరికి తెలీదులేప్పో, ఫ్చ్ నిజము సెప్పుకుంటే పేదోని కోపం పెదవికి కాదప్పో యేకంగా పేనాలకే సేటన్నట్ల, అదవకు సిక్కినోల్లనందర్నీ ఆ కాలము ఈ కాలమని ల్యాకుండా దొరికినోల్లని దొరికినట్లే మరీ సంపేత్తాండే మగానుబావులున్న ఈ కాలంలో గుడకా నోరు మెదపల్యాక బలై పోతాండే బోడెక్క బోడోల్లెందరో? మా నాయిన నాకు సెప్పిన కతలో బోడెక్క నిజంగానే రంకులాడైతే, నాకెందుకో వాల్ల పేదరికాన్ని నిస్సహాయతని ఆకల్ని ఆర్థిక అవసరాల్ని వాటం సేస్కోని వాల్లనట్లా తయారు జేసుకునే ఈ సమాజం మీద దుగ్గతో కతిట్టా పూర్తిగా మార్చి రాసిండానప్పో వుంటా యింగ ఇప్పటికే స్యానా సెప్పినట్లున్నా గెద్ది... రాతి గుండుతో రాజు కొడుక్కి వియ్యం! సింత సెట్టుతో మంత్రి కొడుక్కి దెయ్యం? అనే కత సెప్తా యినండి మల్ల...

రచనా కాలం డిశెంబర్ 2019

రాతి గుండుతో రాజు కొడుక్కి వియ్యం!
సింత సెట్టుతో మంత్రి కొడుక్కి దెయ్యం?

అబ్బాబ్బాబ్బాబ్బా మా సిన్నప్పుడెట్లా యెట్లా సిన్మా లొచ్చేటివంటే, అన్నీ రాజులు రాజ్జేలు రాణులూ రత్నాల మగల్లు గుర్రాలు రథాలు రాచ్ఛసులు దెయ్యాలు భూతాలు జంతువులు పచ్చులు జలచరాలు కిరీటాలు బాణాలు కత్తులు కటార్లు బాకులూ బల్లేలు గదలు యుద్ధాలు మాంతిరికులు మంతరాలు తంతరాలు యంతరాలు పాటలూ పద్దేలు యిసిత్రాలు మగత్యాలు మొగానికి యేరే వాల్ల ముసుగులు, పరకాయ ప్రవేశాలు పేదరాశి పెద్దమ్మలు కాశీ మజిలీ కతలు అరేబియాన్ కతలు ఇట్టా యాల జెప్పుకోవల్లలే,

ఆయప్పేవరో యిటలా చారంట! ఆయప్ప అప్పట్లోనే ఇప్పుడిప్పుడు ఈ మద్దెనే ఇంగిలీసోల్ల సినిమాల్లో సూపించే రాకాసి బల్లుల్నుండి ఆకాసం లోని యిగారాల దంకా? అప్పటికే అచ్చు గుద్దేసినట్ల సూపిచ్చినాడంటే నమ్మండి!? సూసే వాల్లట్లే వుచ్చ బిగబట్టుకొని కుర్సీకి అతక్క పొయ్యి వూపిరి గుడకా బిగబట్టి కన్నార్పకుండా నోర్లెల్ల బెట్టి సూత్తాంటిమంటే అబద్దమేమీ గాదప్పో. ఇప్పుడీ గెద్దంతా యాలంటారా! మా నాయిన్నాకు సెప్పిన కతల్లో అట్టాంటిదే యిది, దీని సుద్దులేందో యినండి మల్ల...

అనగనగనగా అని అనకపోతే బాగుండదేమో గదా, అందుకే అనేసినానని అనుకోండింక, యెనకటికి మన తాత్తాత్తాత్తాత్తాతల కాలంలో, అయ్యో

మాన్నబావులాలా సరే సరే బేజారు సేస్కోద్దండి, అవ్వావ్వావ్వావ్వావ్వావ్వల కాలంలో నిర్వర్తనమనే రాజ్జేనికి వర్దన సేనుడనే మగారాజున్నెంట. ఆయప్పకు ల్యాక ల్యాక యెన్నో వ్రతాలు పూజలూ యాగాలూ దానాలూ ధరమాలు సేత్తే, సివరాకరుకి పరమేశప్ప దయతో ఓ అందమైన ఆడబిడ్డ పుట్టినాదంట. ఆ పాపకు ఆయప్ప అపురూపని పేరు పెట్టి స్యానా స్యానా అపురూపంగా సూసుకుంటా వుండెనంట.

ఆ పాప జాతకం సూసిన రాజు కాడుండే సావులోల్లు? పెదవిరిచి సెప్పల్లనా వద్దాని ఆల్లల్లో ఆల్లే మల్లగుల్లాలు పడుకుంటా గుసగుసలు పోతాంటే? వర్దన సేనుడి పట్టపు రాణీ రత్తనపెభ 'యాల సాములూ అట్లా తటపటాయిస్తా వుండారు, నా బిడ్డ గ్యాచారం బాగుండాదా లేదా' అని యదారు పడినంట. అప్పుడు బాపన సావులంతా సుదారిచ్చుకొని భయం భయంగానే 'అమ్మయ్యా రాణెమ్మా దయగల మాతల్లీ, పిల్లల్నైతే మనం కనగలం కానీ వాల్ల భవిష్యత్తు మనం కనలేమని,

పాప జాతకంలో గరహాలూ గండాలూ వారాలూ పరిహారాలూ వర్జ్యాలూ ఘాతాలూ తిథులు సవ్యాలు అపసవ్యాలన్నీ పరిసీలించినాకా మాకంతో ఇంతో ఎరికైతున్నది ఏమంటే' అని గొంతులో మాట గొంతు లోనే ఆగిపోతే వర్దన సేనుడు ఆదుర్దా తత్తరపాటుతో 'యాల సావులూ సంకోచిత్తారు మీ పేనాలకు ఒచ్చిండే భయమేం లేదు, మీరేం సుల్లులేం సెప్పరు గదా, యేవిడిదో నాలుగు మంచి మాటలు సెప్తే నాలుగు వరహాలు రాలతాయనే అమాయకం బతుకులు మీవి, అట్టాంటి మీరే ఇంత తటపటా యిత్తాన్నారంటే నా బిడ్డకేమైనా యమ గండం వుండాదా' అని బిత్తరపొయ్యి బిక్కమొగం యేసుకొని వొత్తుకోనొత్తాండే యేడుపు నాపుకొని సేతులు జోడించి మొక్కినాడు...

అప్పుడు బాపన సాములు తత్తరపడి 'అయ్యో మారాజా అదేం లేదు గానీ పాప జాతకం ప్రకారం ఓ పది పదహైదేళ్ళు మీ దగ్గిర గాకుండా వేరే యెవరి దగ్గరో యువరాణీ మాద్దిరి కాకుండా దాసి పిల్ల మాద్రి పెరుగుతుందని మాకు గోచరిస్తాంది దయగల మా తండ్రీ' అని వణుక్కుంటా సెప్పేతలికి! మారాజుకి ఆచ్చెర్యంతో నోట్లో మాట పడి పోతే మారాణీ తిత్తర బిత్తర పడి సన్న బిడ్డని గుండెల్కి గట్టిగా అదుముకుంది. మారాజు కొంచెం తెలివిలో

కొచ్చి 'ఐనా అయ్యోర్లూ దీనికి గుడకా మీ తాటాకుల కట్టల్లో యేందో ఒకటి సూచన సేసే వుంటారేమో సూడండి' అని సెప్పితే అప్పుడా బాపనైవార్లు 'మారాజా మా వల్ల యేమిడిదైతే అది శాంతులూ పూజలూ అన్నీ సేసిడిస్తాము, మీరు కూడా తగు జాగ్గరత్తలు తీస్కుంటే రెండిదాలా బాగుంటుందని మేము అనుకుంటాండాము' అన్ని వాల్లు అనేతలికి, మారాజు తన మంతిరి మాలోచనమప్పని పిలిసి యువరాణి అపురూప కాడికి తల్లీ తండ్రీ ముక్కెమైన దాస దాసీ జనాలు తప్ప మరో పురుగు గుడకా జొరబడకున్నెట్ల ఏర్పాట్లు సెయమని సెప్పేతలికి, మంతిరి మాలోచనం ఆగ మేగాల మీంద యాడాడుండే మంచి మంచి పనోల్లనందర్నీ పిలిపిచ్చి పురమాయిచ్చి! ఎనిమిది కందకాలు ఎనిమిది యిశపు వనాలు ఎనిమిది కోటలు అరవైనాలుగు బురుజుల నట్ట నడి మద్దెలో నిట్ట నిలువునా నిడిగల్లు మాదిరి ఎనిమిది అంతత్తుల మేడ కట్టి? మల్లా అందులో నిట్ట నిలువునా న్యాల కిందికి ఎనిమిది పొరలు తవ్విచ్చి! పాతాళమాకట్లా సోట పరమ అద్దుభుతంగా పేద్ద మందిరం కట్టిచ్చి అడుగడుక్కి కనురెప్ప గుడకా కొట్టని పిశాచాల మాదిరుండే సైనికుల్కి ఇంతింత పొడూవు కత్తులు బల్లేలు బాణాలూ సేతికిచ్చి కాపలాకి పెట్టినంట.

అంత కాపలా పెట్టినా పాప్మా మారాజు తన గారాల బిడ్డని యేమార్సి యిడ్సి పెట్టకున్నెట్ల రాజ్జె భారం గుడకా మంతిరి మాలోచనప్పకి యిడిసి పెట్టి, తన బిడ్డ అపురూపతో అయిన పొయిన పొద్దంతా ఆ పాప ఆట పాటలు సూస్కుంటా అపురూపంగా పొల్లా పొగులూ రేత్రిల్లూ బయటనేది ఏం జరుగుతాండాదో ఎట్లెట్లుందో అనేదే పట్టించుకోకున్నెట్ల కాలం దొర్లిస్తాన్నంట. అట్లా ఎక్కడికి పోతివి పొద్దాని మారాజు, మారాణీ అపురూపతో కాలం యెల్లదీస్తాంటే?

ఓ పొద్దు మంతిరి మాలోచనుడు యెకాయెకిన మారాజు వర్దన సేనుడికి యెట్లుంటే అట్ల రాజ్జెసభకు బిరిక్కిన పరగారి రమ్మని వర్తమానం పంపిత్తే, పాప్మా మారాజు దడుసుకొని యానా కొడుకులన్న పక్క దేశిపు రాజులు నేను సరిగ్గ రాజ్జెం పరిపాలన సెయడం లేదని వాల్ల సైన్యాన్ని గినకా యెనకంటేస్కోని దండయాత్ర కొచ్చిడిసినారో యేం పాడో అని దిగులు పడుకుంటా రాజ్జెసభకు పరగారి పరగారొత్తే, ఆడేందో యిసకేత్తే నేల మింద

పడనంత అలవిగాని పల్లె జనాల్తో కీసర బాసర గుందంట, వాల్లు అరిసి ఏడ్సుకుంటా గగ్గోలు పెడతాంటే!

మంతిరి మాలోచనప్ప వాల్లందర్నీ సముదాయిచ్చేకి స్యాతకాక తలకాయి పట్టుకొని అంగలారుస్తాంటే, ఇంతలో మారాజు సభలోకి ఒత్తాన్నట్ల వాయిద్దెం గాళ్ళంతా తూణీరాలూ ధుంధుభిలు మోగిచ్చే తలికి? వంధి మాగధులు భట్రాజులు మారాజు కీర్తిని పరాక్రమాన్ని జాలిని దయని ఆకాశానికి ఎత్తినట్ల పెద్ద గొంతుకలతో పొగుడుతాంటే. సగం జనాలు సల్లగైపాయిరంట, ఇంగ వంది మాగధుల్తో పాటూ ఆడుండే వాల్లంతా మారాజుని సూసిన ఆనందంలో తమ కట్టాలన్నీ సగానికి పైగా తీరిపోయినట్ల ఒగటే ఇదిగా జేజే కారాలు సేసేది మొదలు బెట్టి. మారాజు ఆయప్ప పుత్తడి సింగాసనం మింద కూకుంటానే ఇంగ అందరూ కిమిక్కిమని గుడకా సప్పుడు సెయకున్నెట్ల యేడుపు మొగాలు పెట్టుకొని యాడొల్లాడ నిలబడి పాయిరంట.

వర్దన సేన మారాజు సింగాసనం మీద కూసోని యెలిగి పోతూ 'నా బిడ్డలారా యాలట్లా మొగాలు యాలేడేస్కొనున్నారు, నేను సభలో సరిగ్గా లేనని ఎవరైనా దండనాధికారులు మీమింద అగాయిత్యాలు ఏమైనా సేత్తాన్నారా, ల్యాకుంటే పొరుగు సైన్యాలు గానీ దొంగోళ్ళు గానీ మిమ్మల్ని దోసుకుంటాన్నారా, ల్యాకుంటే ఏ పులో పుల్రో మీ మింద మీ జీవాల మింద పడి కంటి మింద కునుకు ల్యాకుండా సేత్తాన్నాయా, భయం గియం ల్యాకుండా సెప్పండి, మీకు సేవ సేస్కునే కంటే నా జీవితానికింగ యేం కావల్ల' అనేతలికి ప్రజలంతా వాల్లకొచ్చిన కట్టమంతా నెత్తి మింద నుండి పెద్ద కొండ గదా దిగిపొయిన్నట్లైపొయ్యి, వాల్లలో ఒగడు 'దయ గల మారాజా మా తండ్రీ దండాలు దొరా యియేవీ కావు గానీ ఐనాత్తైన యిసయమేమంటే? దుర్దినుడనే రాఛ్చసంగాడు మమ్మల్ని అట్లా ఇట్లా కాడిచ్చడం లేదు మాప్రెబో, ఆని దెబ్బకి పట్టపగలే ఇండ్లల్లో గోతులు తవ్వుకొని దాన్లలో దాసిపెట్టుకొని వూపిరి గుడకా బిగబట్టుకొని బతకాల్సొస్తాంది మారాజా, ఆ పీడ ముండా కొడుకు భాద పోతే తప్ప మా పన్లు మేం సేస్కోలేం మారాజా' అనేతలికి, వర్దన సేనుడుకి యాడ లేని కోపమొచ్చిడిసి 'వాడెట్లా వాడన్నా గానీ గాక. వాన్ని పట్టుకొని కత్తికో కండగా నరికి కాకుల్కి గద్దల్కి యేత్తాను మీరు ధైర్నెంగా వుండండి'

అనే సరికి ప్రజలంతా దండాలు పెట్టి సగం బరువు దిగిపొయినట్ల యెవరిండ్లకు వాల్లు మల్లుకుంద్రెంట...

వర్దన సేనుడు తన సైన్యంలో జెమాజెట్టీలట్లా వాల్లందర్నీ యెనకంటేస్కోని, దుర్దిన రాచ్చసున్ని యెతుక్కుంటా పొయ్యి వాన్నో అడవిలో పట్టుకొని ఎముకలోకి సున్నం ల్యాకుండా ఇరగొట్టే తలికి. వాడు వాడికున్న టక్కు టమార గజకర్ణ గోకర్ణ ఇంద్రజాల మహేంద్రజాల గారడీ మోడీ యిద్దెలతో వర్దన సేనుడికి బురిడీ కొట్టి కళ్ళు గప్పి చావు తప్పి కన్ను లొట్ట బోయినట్టు మాయమైపొయినంట. వర్దన సేనుడు స్యానా సేపు వాని కోసం ఆడీడ యెతకలాడి, అప్పటికే సందె పొద్దు మునుగుతాంటే ఇంగ ఆ రాచ్చసి దుర్దినం గాడు యాడ సచ్చినాడోలే అని, కొంత సైన్యాన్నాడే కాపుంచి ప్రజలంతా సాగిలబడి మొక్కుకుంటా జేజేలు కొడతాంటే, అంతఃపురం దావ బట్టినంత లోనే, యాల్నో ఆయప్పకి వున్నట్టుండి ఎడమ కన్ను అదిర్నెంట, ఎడమ భుజం గుడకా అదిర్నెంట, ఆయప్ప పొయ్యే దావలో వున్నట్టుండి సుట్ర గాలి దుమారమొచ్చి గుండెలు సల్లగై పొయ్యి బిరింగ బిరింగ పారి అంతఃపురానికి వురకలాడుకుంటా బోతే, ఆయప్ప కూతురు అపురూప వూగే బంగారు తూగుటుయ్యల ఖాళీగా యెక్కిరిత్తా కనిపడినంట. రాణీ మూర్చపొయ్యి పడిపొయ్యింటే దాసీలందరు గగ్గోలు పెట్టుకుంటా సేవలు సేస్తాంద్రంట. మిగిలిన దాసులు సైనిక జనాలంతా తెల్ల మొగాలేస్కోని నెత్తి మింది మిత్తి ఆడతానొల్ల మాద్రి నిలబడి పొయుండారంట...

మంతిరి మాలోచనమప్ప మారాజును కుసోబెట్టి, 'అధైర్న పడద్దండి మారాజా, ఇదేందో పేద్ద రాచ్చస మాయ మాద్రుండాది, మన సగం సైన్యాన్ని ఒక్క ఆకాశం లోకి తప్ప అన్ని దిక్కుల్లోనూ ఎతికేకి అంపిచ్చిండాను. ఉయ్యాల్లో బిడ్డ వుయ్యాల్లోనే ఇంత దిగ్బందం సేసిండే కోటలో మాయమై పొయిండాదంటే నాకే నమ్మశక్కింగా లేదు' అనేతలికి వర్దన సేనుడు కొంచెం తెప్పరిల్లి 'ఇది తప్పకుండా ఆ రాచ్చసుడు దుర్దినం గాడి పనే అయ్యింటాది. వాడి జాడ కనిపెట్టి వాడ్ని కొట్టి నా బిడ్డను తెచ్చిచ్చినోల్లకి అర్ద రాజ్జెం ఇత్తానని సాటింపేయండి, దుర్భిణీ యేసి యెతికైనా సరే వాని జాడైనా సెప్పినోల్లకి లచ్చలచ్చల బంగారు కాసులు ఆవులు భూములూ ఇత్తామని సెప్పండి' అని కూలబడి పొయినంట.

వర్దన సేనుడి సాటింపిని స్యానా మంది దుడ్ల మింద ఆశతో ఎక్కడెక్కడో నరమానవుడు జొర రాని సోట్లంటా ఎదికిరంట గానీ, దుర్దినుడి ఆసుపాసులు గుడకా కనిపెట్టల్యాక పాయిరంట, సూస్తాన్నట్లే పద్దైదేండ్లు ఇట్లే ఐపాయినంట, పాప్మా వర్దన సేన మారాజు రాణీ రత్తనపెభ, నాబిడ్డ ఇప్పుడు ఇట్లుంటుంది అట్లుంటుందని సిత్రకారులతో బొమ్మలు గీయించుకుంటా, జాతకం సెప్పిన బాపనైవార్ల పద్దైదేండ్ల సమియము ఐపోవచ్చింది, రేపో మర్నాడో మా కూతురు మాకు అపురూపంగా దొరక్కపోతుందా అనే ఆశతో కండ్లల్లో పేనాలు వుగ్గబట్టుకొని బతుకులెట్లో ఈడుస్తాంద్రంట...

* * * *

అదో కాకులు దూరని కారడివి సీమలు దూరని సిట్టడవి, అట్టాంటి కాడులోకి ఓ ముసిలోడు భుజం మీద ఒల్లిలో యేంటివో సుత్తీ స్యానెంలాంటి సిన్న సిన్న యినప సామాన్లు ఏసుకొని పోతా పోతా 'ఏం బగసీనం వచ్చిపడిండాదిరా భగవంతా, రాజులు సొమ్ము రాళ్ళ పాలని వూర్కే అనిండారా యేంది, పాయినంత కాలం ఈ మారాజుల దగ్గిర కొలువు సేసిందానికి చెక్కిందానికి బొక్కిందే కూలి అన్నట్ల యెదుగూ బొదుగూ ల్యాకుండా కొండ గుట్టల పాలై పాయిండాది బతుకు. ఆ పాడు నాకొడుకుది యిగ్గరహం సెక్కేకి తెల్ల పాల రాయి కావల్లంట, యాడ్నింకా యెత్తకరాల్ల,

ఏడాది పొద్దైపాయ కాల్లకి బలపాలు కాదు బండరాళ్ళు కట్టుకొని దిక్కు దివానం ల్యాకుండా తిరిగలాడి సత్తాన్నా యాడే గానీ అట్టా రాయి కనపడిత్తాంటే ఒట్టు, ఏందో నా బతుకి మీద నాకే రోత బుట్టి యాసిరికొత్తాండాది, అద్గో ఆడ పెదింత దవ్వులో యాదో కొండ కనిపిత్తాంది, ఆడేమన్నా దొరికితే దొరికినట్లు ల్యాకుంటే లేదు ఇంగ నా స్యాతయ్యే ల్లేదు అనుకుంటా ఆ సెట్టూ సేమా కంపా కసరులో దూరుకుంటా పాయ్యేతలికి సీకటి పడిపాయ్యి, ఆ కొండ దాపులో వున్న గవిలో యెల్తురు కనపడే తలికి 'యేందిది యిడ్డూరం యింత కారడవిలో ఈ కొండ గవిలో ఎవురున్నారబ్బా' అనుకుంటా లోపలికి పాయ్యేతలికి, అక్కడో చెక్కిన బొమ్మ లాంటి చక్కనైన చుక్క లాంటి అమ్మాయిని సూసి అబ్బుర పడిపాయ్యి, 'ఓ పాపో యెవురమ్మా నువ్వు ఇట్టాంటి సోటెట్టా ఒంటరిగా వున్నావు, కొంపదీసి మడుసుల్ని పీక్కతినే

యక్షిణివి కాదు గదా' అనేతలికి, ఆ చక్కదనాల చుక్క చ్యాప్పిల్ల మాద్రుండే కళ్ళను ఎగిరే పిట్ట మాద్రి టప టపా కొట్టి, 'నువ్వెవరసలు! నర మానవుడు సొర రాని ఇట్టాంటి సోటుకి ఎట్లొచ్చినావు? ఇది దుర్దినుడనే రాఛ్ఛసుడి గవి, వాడు రేత్తిరి పూట్ల యేటకు బయటకు పోవడం వల్ల నీకింకా ఆయువుండాది? ఇప్పటికైనా మించి పోయిండేదేం లేదు, లటుక్కున వచ్చినోడివి వచ్చినట్టే బిరిక్కిన పారిపో, ల్యాకుంటే ఆ దుర్దినుడు నిన్ను పంటి కింద యెముక ల్యాకుండా సప్పరిత్తాడు' అనేతలికి ఆ ముసిలోడు భయపడకుండా 'ఓ పాపో ఈ వయసులో ఇంగా నేను సావుకి భయపడేకి యాటికైతాది గానీ, నీకేమైనా సాయం కావల్లంటే సెప్పు నేను తప్పకుండా సేసి పెడతా' అనేతలికి. ఆ సక్కదనాల సుక్క 'నువ్వు నాకేం సాయం సెయిగలవు నాక్కావల్సింది స్వేఛ్ఛ, నేనింకా పసిగుడ్డుగా వున్నట్టే ఈ దుర్దినుడు నన్నీ తావకి ఎత్తుకొచ్చేసిండాడు, మాది నిర్వర్తన రాజ్జెం మా అమ్మా నాయినా రత్తనపెభా వర్దన సేన మారాజులు, ఇప్పుడు సెప్పు నన్ను నువ్వు మా అమ్మా నాయినల కాడికి సేర్చగలవా? పొయినంత కాలమూ నా బతుకు ఈడ్నే ఈ రాఛ్ఛసుని కాడ్నే దాసి గానే నా జీవనము తెల్లారి పోతాంది' అని గోడో అనుకుంటా ఆ పాప ఏడ్సేతలికి, ఆ ముసిలోడు కరిగి పొయ్యి 'అయ్యయ్యో చొచ్చొచ్చొచ్చో వుర్కోమ్మయ్యా నేనో శిల్పిని ఏట్లా రాయైనా సరే నా వులి సమ్మెట పోట్లకు మైనం మాద్దిరి కరిగి పోల్సిందే, నిన్ను నేను ఎట్లో ఒగట్ల మీ రాజ్జెం చేర్చే పూచీ నాది, కాకపోతే నన్ను ఆ రాఛ్ఛసుని కంట బడకున్నెట్ల ద్యాసిపెట్టి, నాకు యాల పొద్దుకింత పిడస కూడు పడేసినావంటే సాలు మిగతా సంగతి నేను సూసుకుంటా' అనేతలికి, పదారేండ్ల పాయంలోకి ఒచ్చిండే అపురూప 'ఓ అదెంత పని, ఆ దుర్దినుడు ఇంగ తెల్లారే వరకూ రాడు, వచ్చాక వాడి కోసం చేసిన బండెడు తిండంతా తిని, ఏనుగులు తొక్కినా లేవనంతగా పడుకొని మల్లా యా సందె పొద్దుకో లేసి మల్లీ అడివి లోకి యేటకు యెల్లబారి పోతాడు, కాబట్టి నువ్వు రేత్తిరి పూట్ల ఈ గవి లోనే వుండి, తెల్లారి వాడు నిద్దర బొయినంక బయటపడే మార్గమేదైనా సూడు. ఒగటి గుర్తు పెట్టుకో నేనెక్కడున్నా యా సముద్రంలో దాసిపెట్టుకున్నా నా వాసన పసిగట్టి మరీ ఈ దుర్దినుడు వచ్చేస్తాడని మర్సిపోవద్దు' అనేతలికి, శిల్పి ఆలోసనలో పడిపొయ్యి 'సర్లేమ్మీ బాగా ఆకలిగా వుండాది తినేకేమన్నా వుంటే ఇంత పెట్టు తల్లీ, పొద్దుగలగలే లేసి యేందో

ఒకటి సేత్తా గానీ' అనేతలికి, అపురూప ఆ ముసలోడికి వుడకేసిన శంభర పఛ్ఛి గుడ్లు పెట్టింది. అవి తినుకుంటా ఆలోసిస్తున్న శిల్పికి తలుక్కున మెదడులో మెరుపులా ఆలోసన తట్టి దాని గురించే ఆలోసిత్తూ, 'అమ్మయ్యా నీకింగ ఈ రాక్షసుని పీడ తప్పినట్లే' అని సెప్పిడిసి ఆ గవి లోనే సాటు మాటున నక్కి మెల్లిగా నిద్దర్లోకి జారుకున్నాడు...

ఆ రోజు రెండు అడవి ఏనుగులు యేటాడి దాండ్ల నంజిరిని ముక్కలు కొట్టుకొచ్చిన దుర్దినుడికి, గవిలో అడుగు బెడతాన్నట్లే యాదో కొత్త నర వాసన వచ్చింది. వాడు పెడబొబ్బలు పెడుతూ అపురూపని పిలిసి 'యేయ్ దాసిపిల్లా నిర్వర్తనపు వ్యర్థపు యువరాణీ సేతకాని సెవట దద్దమ్మ వర్దన సేనుడి కూతురా రావే రారావే నువ్వు కాకుండా ఎవరొచ్చారే నా గుహలోనికి' అంటు ముక్కు పుటాలు గట్టి గట్టిగా ఎగరేస్తూ గాలి పీలుస్తాంటే, అపురూప తుపానులో గడ్డిపోచలా వణుక్కుంటా 'ఓ దుర్దినం రాచ్చసా తేక తేక తెచ్చిన, లేక లేక దొరికిన లేత ఏనుగుల తొండాల్లో యేం గాలుండాదో యేమో, దాన్ని పీల్చి నువ్వట్లా అనుకుంటాండావా యేమో, ఐనా నీబోటి మగా వీరుని మందిరానికి ఇంత కారడవిలో పై సీల్సుకొని క్రూర మృగాల బారిన పడకుండా బతికి బట్ట కట్టి నీ నోట పంటి కింద నలిగేంత ధైర్నెం ఎవరికుంటాది సెప్పు, ఇదిగిదిగో నీకోసం నువ్వు నిన్న వేటాడి తెచ్చిన గండ భేరుండాల తొడలు, రాఛ్ఛస బల్లుల రకతంలో ముంచి కొండ వుడుముల కొవ్వుతో తేల్చి వండిండాను సూడు, అలాగే పులుల నెత్తురులో సింహాల గుండె కాయిలు పులియ బెట్టిన సారాయి సిద్దం సేసిండాను సూడు' అనేతలికి, వాసన మాట మర్సిపొయ్యి అపురూపొండిన రాఛ్ఛస తిండి మారాఛ్ఛసంగా తిని తాగి తెలతెలవార్తుండగా వంద గుడ్లగూబలు కెక్కిరిచ్చినట్టుగా పడి నిద్రబోసాగాడు దుర్దినుడు...

దుర్దినుడు నిద్దరబోయాక లేసిన శిల్పి తన సుత్తి స్యానం తీసుకొని కొండ శిఖరంపైకి సేరుకొని మూడు అంతస్థులంతున్న ఓ పెద్ద గుండ్రాయిని సూస్కొని! దాన్ని యెక్కువ సడీ సప్పుడు ల్యాకుండా తన మెదుడులో ఆలోసనలు పొడిసినట్ల సెక్కసాగాడు? ఇంగ ప్రతి దినమూ అదే తంతు, పగలంతా దుర్దినుడు గుర్రుపెట్టి నిద్దరబోతాంటే, శిల్పి సెక్కుకుంటా

కుసునేవాడు, దుర్దినుడు యేటకు బొయినప్పుడు శిల్పి నిద్దర బోతాండే వాడు. అట్లా ఓ రెండు పచ్చాలు గడిసి పొయినంక, శిల్పి అపురూపని కొండ శిఖరం మిందికి పిల్సకబొయ్యి తను సెక్కిండే పెద్ద గుండుని సూపిచ్చినాడు.

ఆయమ్మి ఆ మూడు అంతస్థులంతున్న గుండును సూసి నోరెల్లబెట్టి 'ఓరి ముసిలోడా నెల్లాల్లు వెచ్చాలు తిని నువ్వు సెక్కిండేది ఇద్యా! ఆ గుండుకేమన్నా నా నెత్తేసి కొట్టుకోవల్లనా, ల్యాకుంటే నువ్వే ఆ గుండెత్తి ఆ దుర్దినం రాచ్చుసుడి యెదరొమ్ము మిందగినా యేత్తావా' అని యాడ లేని దుఃఖంతో బొగులుతాంటే, శిల్పి ముసిముసి నగవులు నగుకుంటా 'ఓ పాపో యాలట్లా సింత సేత్తావు, ఇదట్లా యిట్లా గుండు కాదు, గండ భేరుండ పచ్చి గుడ్డులాంటిది! ఇదిగో ఇగ సూడు' అని, ఆ గుండుకున్న ఓ బుడిపెలాంటి మీట నొక్కేతలికి, ఆ గుండుకున్న రగిస్యం వాకిలి తెర్చుకునే తలికి నోరెల్ల బెట్టిన అపురూప లోనికి బొయ్యి చూసే తలికి సోయ దప్పి పడిపొయినట్లై. దాంట్లో యెట్లా యెట్లా సౌకిర్యాలున్నాయో సూసి, ఇదొక మారాజుల మగలో మాడీనో మిద్దెనో మాద్రి వుండాది అని తబ్బిబ్బైపొయ్యి కిర్లక పొయిన అపురూపని సూసి శిల్పి తాను సేసిన పనికి తానే సిన్న పిల్లోని మాద్దిరి లగాట్లు గొట్టి 'ఇంగ రా పాపో బిరిక్కిన పొయ్యి నీకేం సరంజామా గావల్లనో అన్నీ తెచ్చుకొని ఈ గుండు లోపల కుసో, ఈ గుండులో నువ్వున్నంత కాలం ఆ రాచ్చుసుడు నీ వాసన కిసుమంతైనా పసిగట్లేడు. ఈ రోజు కారితీక పున్నెమి దినం స్యానా బాగుండాది ఈ రేత్తిరికి దుర్దినుడట్లా యేటకు పోంగానే, నువ్వందులో పొయ్యి వాకిలి బిడాయిచ్చుకో, నేనింక ఈ గుండుకి బయటుండే వాకిలి బిరడా పగలుగొట్టేసి ఆ గుండుని మీ రాజ్జెం దిక్కుకి దొర్లిత్తాను, అది రాత్తిరంతా దొర్లుకుంటా దొర్లుకుంటా బొయ్యి మీ రాజ్జెం వుద్యాన వనంలో పడతాది. కాకపోతే ఒకటి గుర్తించుకోమ్మో పొరబాట్న గుడకా కొన్ని దినాలప్పుడే ఆ గుండుడిసి బయటకు రావద్దు. ఎప్పుడన్న పొరపాట్న వచ్చిడిసినా ఎక్కువ సేపు బయట తిరగలాడతా వుండొద్దు, ఇంగోటి ఈ గుండుకి వాకిలి తీయల్లన్నా యెయ్యల్లన్నా ఇంగ లోపల పక్కలే గెడుంటాది గుర్తుంచుకో' అనేతలికి, అపురూప తిరిగి తన అమ్మా నాయినల కాడికి ఇన్నేండ్లైనంకా సేరుకో బోతున్నందుకు ఆనందము పట్ల్యాక మనసు నెమిలి మాద్దిరి నాట్టెము

జేత్తుంటే, యాడ్నో సిన్న పెనుభూతం పీకినట్లై 'అవన్నీ సరే గానీ తాతో ఈ గుండులో నన్ను కుసోబెట్టి కిందికి దొబ్బితే అది కిందా మిందా పడి దొర్లినట్లల్లా నేను గుడకా దొర్లి దొర్లి సచ్చిపోవల్లని ఆ దుర్దినుడితో కలిసి ఇట్లా యోచన గినకా సేసిండావా యేంది' అంది అనుమానంగా, అప్పుడా శిల్పి 'అమ్మయ్యా యాలట్లా సింత సేస్తావు సెప్పిండా కదా ఇది గండ భేరుండ పచ్చి గుడ్డు మాద్దిరి సెక్కిండానని, ఈ గుండు దొర్లినా పొర్లినా లోపలేమాత్రం అది నీకు తెల్సనే తెల్సెల్లేదు యేం భయపొడద్దమ్మయ్యా' అనేతలికి, ఇంగ అలివి గానంత ఆనందం పట్లేని అపురూప పొల్లా పొగలూ ఆ దుర్దిన రాచ్ఛసుడి గుహలో వుండే యిలువైన యెల కట్ట లేని మణులు మాణిక్యాలు నవరత్నాలు పొదిగిండే బంగారు యెండి ఆభరణాలు తిండీ గుడ్డా సకలం ఆ గుండు లోపలికి శిల్పి సాయంతో సేర్సేసి, ఆ శిల్పి మోయగల్గినన్ని వజ్జరాభరణాలు బంగారు కాసులు మూటకట్టి అతని సేతికిచ్చింది.

ఇంగ ఆ రేత్తిరి యేటకు బోవల్లని ఆవలిచ్చుకుంటా లేసి కుసోని హుమ్ మ్ మ్ మ్ మ్ మ్మని వొల్లురిసుకున్న దుర్దినుడుకి అపురూప పెద్ద గంగాళంలో వానికిట్టమైన రాచ్ఛస మండ్రగబ్బలు, అనకొండలేసి సేసిండే పాయసం తెచ్చిచ్చింది. దుర్దినుడు అబ అబగా దాన్ని ఒక్క గుటకలో తాగేసి మూతి తుడుసుకొని యాల్నో అపురూప మొగం కల్ల ఓపారి తేరిపార జూసి, యాల ఈ పాప ఈ పొద్దు యెప్పుడూ లేనంతగా భొలే నగునగుతా వుడాంది అని అనుమానం పడుకుంటా 'సూడు నిర్వర్తనం వ్యర్థపు యువరాణీ ఇన్నేండ్లైనా నన్ను నా జాడ ఇసుమంతైనా కనిపెట్ల్యాక పొయిన పిరికి సచ్చు సన్నాసి దద్దమ్మ వర్దన సేనుడి కూతురా నా శాస్వత దాసీ, ఇట్టనే నాకు సేవలు సేసుకుంటా వుండు, యాపొద్దో ఒగ పొద్దు నాకు నీ మిందింత జాలి గీలీ దయా గియా కలిగితే గిలిగితే? నాయట్టా మంచి మరో రాచ్ఛసున్నికిచ్చి కట్టబెడతాను, ఆడగుడకా ఇట్టనే మంచి మంచి వంటకాలు వండుకుంటా ఈ దుర్దినుడు దాసీ పిల్లను భొలే పెంపకం సేసిండాడని రాచ్ఛస లోకమంతా కుక్కుట మిక్కుటమై కొక్కొరించాల' అని పెడబొబ్బలు పెట్టుకుంటా యేటకై అడవి దావ బట్నాడు, దుర్దినడట్టా గవిలో నుండి బయటికి పొంగానే శిల్పి, అపురూపని తాను సెక్కిన గుండులో కుసోబెట్టి వాకిలి బిడాయించుకోమని

సెప్పి, వర్ధన సేనుడి నిర్వర్తన రాజ్జెం యా పక్కుందో తెలీక, యెందుకైనా మంచిదని దుర్దినుడు యేటకు బొయిండే వ్యతిరేకం దిశలో ఆ గుండును దొర్లిచ్చి, తాను గుడకా అపురూపిచ్చిండే యెల కట్టలేని లిబ్బిని నెత్తిన పెట్టుకొని బిరిబిరింగ తోచిన దిక్కులో దూరి పోసాగాడు.

ఆ మూడు అంతస్తులున్నంత పెద్ద గుండు, గోళీ గుండు మాద్రి గున గున గునా దొర్లుకుంటా వాగులూ వంకలూ చెలమలూ నదులూ సముద్రాలూ అడవులు ఎడారులూ కొండలూ కోనలూ పల్లెలూ పట్టణాలూ రాజ్జెలూ గునుసుకుంటా, ఆకాశంలో వుండే సందమామ భూమ్మీదేమైనా పొర్లు దండాలు పెడతాన్నాడా అన్నట్ల గునగున గునమని నిగనిగమని యెన్నెల్లో మరో సందమామ మాద్రి మెర్సిపోతా ఇందురుడు పరిపాలించే అమరావతి మాద్రుండే ఓ రాజ్జెం లోని అపురూపమైన అధ్భుత వుద్దేనవనంలో పొయ్యి నిల్సిపోయింది...

* * * *

'నిరీచ్ఛన మారాజు పరీచ్ఛిత్తులకు జయము జయము, మారాజా తవరు సెప్పినట్లే రాజ్జెంలో సాటింపు ఏపిచ్చిండాను, మన రాజ్జెంలో వుండే కన్నె పిల్లలంతా మంచి మంచి బట్టలు కట్టుకొని వాల్లకున్నంతలో నగలు దిగేసుకొని కస్తూరి జవ్వాజి పునుగు పసుపు కుంకుమా గంధం లాంటివన్నీ పైమిందికి సింగారిచ్చుకొని కండ్లకి సలువ కాటుకలు తలకి వాసనల తైలాలు అంటించుకొని, సువాసనల పూలు సుట్టుకొని దేవ కన్నికల మాద్రి వాల్ల లోగిల్లలో వరమాలలు సిద్దం సేసుకొని మన యువరాజుల వారు దుర్జయుడు కోసం కండ్లలో వత్తులేసుకొని తమలో ఎవరికి మారాణిగా పట్టం కట్టుకునే అదృట్టం దొరుకుతుందోనని ఆత్రంగా ఎదురు సూత్తాండారు, మంతరాలు సిదిగే బాపనైవార్లూ, మేళ తాళాలూ వాగించే మంగళ వాద్దెంగాళ్ళూ, తూణీరాలూ కొమ్ములు దుంధుభిలు మోగించేటోల్లు. వంది మాగధులు భట్రాజులు, పల్లకీ మోసే బోయీలు, కైవారాలకై దాస దాసీ జనాలు, వింజామరలు వీసేవాల్లు ఛత్ర చామరలు పట్టేటోల్లు కవులు పండితులు రాజ పురోహితులు విదూషకులు పట్టపుటేనుగులు పంచ కళ్యాణీ అశ్వాలు విలుకాల్లు గురికాల్లు కటార్లు బల్లేలు బాకులు కత్తులు పట్టే సైనికులు అందరూ

అన్నీ సిద్ధంగా వుండాయి, ముగుర్తం మించిపోక ముందే కదలడానికిక మీదే ఆలెస్సం మగారాజా' అంటూ అమరపురి మంతిరి సాలోచనుడు సెప్పేతలికి మారాజు పరీఛ్ఛిత్తు తన తెల్లబడిన మీసాలూ గెడ్డం సుతారంగా యిలాసంగా సేత్తో దువ్వుకొని కొడుకుని దగ్గరకి పిలిసి 'నాయినా దుర్జయా మన రాజ్జెం ఆచారం ప్రకారం ఈ పొద్దు నువ్వు మన రాజ్జెంలో నీకు నచ్చిండే పాపని వర్ణమూ కులమూ మతమూ సూడకుండా, కాసులుండే వాల్లా కూటికి లేనోల్లా అని యోచన సేయకుండా నీకు కంటికి నచ్చి మనసుకు మెచ్చినోల్లని ఇలావరిగా ఎదుక్కొని తాళి కట్టి మన మాడీ లోకి తోలుకొచ్చుకోవచ్చు పదాంపా నాయినా' అనేతలికి, యువరాజు దుర్జయుడు వాల్ల నాయిన కల్ల సూసి ముసి ముసి నగవులు నగుకుంటా దండాలు పెట్టి వత్తాండే సిగ్గుని బింకంగా మేకపోతు మాద్దిరి దాపెట్టుకుంటా ఆయప్ప కోసరం ప్రత్యేకంగా అలంకరించిండే గుర్రమెక్కి రాజ్జెంలోకి పోబట్టినాడు.

మంగళ వాయిద్యాలు కొమ్ములు తూణీరాలు దుంధుభిలు రాజ్జెమంతా యినపడేతట్ల మోగుతాంటే, అమరపురి లోని కన్నెపిల్లల గుండికాయిల్లో వుబలాటం వుత్సాహం ఆత్రం ఆనందం నిట్టూర్పులు మారుమోగుతాంటే, బాపనైవార్లు వజ్జరాలు పొదిగిండే ఓ బంగారు సెంబు మీద టేంకాయి పెట్టి దానికి బొట్లు పెట్టి దాని మింద రకతం మాదిరి వుండే ఎర్ర రంగు పట్టు బట్ట కట్టి దానికి బొట్నేలు మందతంతో సేసిండే బంగారు మెడ తాడుకి నవరత్తనాల పొదిగిండే తాళి బొట్టు తగిలిచ్చి యేంటేటివో వచ్చిడిసిండే మంతరాలన్ని గట్టిగట్టిగ వాయిద్దెగాల్ల కంటే మోపుగా అర్సుకుంటా ముందర నడుత్తాంటే!

ఆల్లెనకల భట్రాజులు వంధిమాగధులు విదూషకులు ఇట్టా నానా జనాలంతా యువరాజు వాల్ల తాతల తాతల సరిత్రలు పొగుడుకుంటా ముందుకు కదులుతాంటే వాల్లెనకల యువరాజు దుర్జయుడూ అతని నాస్తగాడు అమరపురి మంతిరి సాలోచనుడి కొడుకు అగమ్యం వత్తాంటే, దుర్జయుడు నిదానంగా గుర్రం మింద రాజ్జెంలోని ఒకో ఇంటి కాడా వాకిట్లోనే దేవ కన్నికల మాద్దిరి అలంకరించుకొని నిలబడిండే సిగ్గుల మొగ్గల కన్నెపిల్లల్ని ఒగొగుర్నే సూసుకుంటా ముందుకు పోతాంటే, వాల్ల నాయిన పరీఛ్ఛిత్తు ఆయప్ప పెండ్లాము మరీచిక ఏనుగంబారీ మీద వూరేగుకుంటా పోబట్రి,

వాల్లెనకమాట్నే నానారకాలుగా అలంకరించిన ఖాళీ మేనాను బోయీలు ఒహెూం ఒహెూం ఒహెు ఒహెూం ఒహెూం అని వూపుకుంటా నడసబట్రి...

యువరాజు దుర్జయుడు ఒక్కో ఇంటి దగ్గర ఆడపిల్లోల్లని సూస్కుంటా కంటికెవరూ సదరుగా కనపడక ముందుకు పోతాంటే, ఇంతలో ఎవరూ వూగించనట్ల బాపనైవార్లు పట్టుకోండే సెంబోకి మిందుండే ఎర్ర గుడ్డను సూసి ఆకాసంలో ఆకలితో ఆవురావురమని ఎంపర్లాడుకుంటా ఎగుర్తాండే ఓ రాకాసి గద్ద అదేందో మాంసం ముద్దనుకొని? పుసుక్కున ఎగుర్కుంటా వచ్చి పుటుక్కున కాళ్ళతో తాళి బొట్లు తీసుకొని లటుక్కున ఆకాశంలోకి ఎగిరిపొయ్యే తలికి, అందరూ ఒక్కసారిగా వులిక్కిబడి అరుపులు పెడబొబ్బలు పెట్టేతలికి, మారాజులకు రచ్ఛనగా వచ్చిండే యిలుకాల్లు సెయిబారంత పొడువుండే అంబులు తీసి ఆకాసంలో ఎగుర్తాండే రాకాసి గద్ద మిందికి గురి సూసి యేసేది మొదలు బెట్టేతలికి, ఆ రాకాసి గద్ద బెంబేలు పడిపొయ్యి నోటి కాడ కూడు యాడ పడిపోతాదోనని యింగా యేగంగా అంతకంతకూ పైపైకి ఎగరేది మొదలు బెట్టేతలికి, యువరాజు దుర్జయుడికి తన పెండ్లిని సెడగొట్టిండే గద్ద మింద మాసెడ్డ కోప్మొచ్చి గుర్రాన్ని అదిలిచ్చి ఆకాశంలో ఎగిరిచ్చేదొక్కటి తక్కువన్నట్ల లచ్చుకు లచ్చుకు లచ్చుకుమని ఆ గద్ద బోతాండే కల్ల పరగారిచ్చినంట. ఆయప్పనెకంటి అట్లనే యిలుకాల్లు గురికాల్లూ గుడకా అంబులేస్కుంటా పెదింత పెదింత వడిసె ఇనుప గుండ్లు ఇసురుకుంటా దిక్కులు పిక్కటిల్లేతట్ల అర్సుకుంటా అది పోతాండే కల్లనే వాల్లు గుడకా పార్రంట...

అట్టా ఆ గద్ద ఎగురుకుంటా ఎగురుకుంటా బోతా బోతా వాల్లేసే బాణాలు యాడ తగిలి పేనం పోతాదోనని భయపడిండాదో యేం పాడో పాప్మా బిత్తరక పొయ్యి యాడొచ్చిన పీకలాటని, కాళ్ళతో బలంగా కర్సుకోనుండే తాళి బొట్లు గబుక్కున ఆకాశం నుండి అట్నే జార్నిడిసి దాని దావబట్టుకొని అదెల్లిపాయినంట. ఆ తాళి బొట్ల దండ ఆకాశంలో నుండి యేందో పట్ట పగలు పెద్ద తోక చుక్క గదా పడిపొయినట్ల తళ తళ తళా మెర్సుకుంటా కిందకు సర్ ర్ ర్ ర్ ర్ ర్ ర్రు మని జారి పడ్తా పడ్తా పడ్తా... అమరపురి రాజ్జెం సివర్లో వుండే రాజ వుద్దేనవనంలో ముందు రోజు రాత్రి

గునగునమని దొర్లుకుంటా వచ్చి నిల్సిపొయిండే మూడంతస్థుల మాడీ అంత గుండు మింద పడి ఆడ్నే నిలిసి పాయినంట!?

దుర్జయుడు ఆ గుండును సూసి ఆచ్చెర్యపొయ్యి పక్కనుండే సైనికుల్తో 'ఒరె ఒరె ఒరే ఈ గుండు మన వుద్దేన వనంలోకి యాట్నింకా వచ్చిడిసిండాది' అని నోరెళ్ళబెడితే, పరగారుకుంటా వచ్చిన బాపనైవార్లు మారాజు మారాణీ యావత్తు పరివారమూ ప్రజలూ అందరూ జరిగిండే యిసిత్రం సూసి యేం సెయ్యాల్లో పాలుబోక బాపనైవార్ల కల్ల దిరిగి, 'సావులూ ముగుర్తాలూ తిథులూ వారాలూ వజ్జరాలు సరిగ్గా సూసిండారా లేదా ఏందిట్లా అసెడ్డమైండాది' అని కోప్మ సేసుకునే తలికి బాపనైవార్లు ఏంటేంటేవో యేళ్ళ మింద లెక్కలుగట్టి 'మారాజా మా తండ్రీ మాయప్పా మాస్యామే ముందుగలగా అనుకున్న ముగుర్తానికే మన దుర్జయ యువరాజులోరి పెండ్లి ఈ గుండుతో ఐపోయినట్లే, అన్నీ మంచి శకునాలే కనపడిత్తాండాయి, అదీగాక మీ కుల దైవం ఎక్కే వాహనమే ఇట్లా దారి సూపిచ్చింది గాబట్టి ఈ పెండ్లి తప్పకుండా ఆ దైవ కార్యమే గానీ ఇంగోటి గాదు' అని సెప్పేతలికి...

మంతిరి సాలోచనుని కొడుకు అగమ్యం 'యో మీ పాసలుగూలా ఇప్పుడేంది ఆ గుండునెత్తి మేనాలో పెట్టుకొని అంతఃపురానికి కొండోనిబొయ్యి దాంతో మా యువరాజుని కాపురం సేపీమంటారు అంతేనా, సూత్తాంటే అన్నంత పనీ సేపిచ్చేతట్లే వున్నారే మగానుబావులాలా మీరు' అనేతలికి బాపనయ్యోర్లు మొగం సిట్లించి 'అంత సాగసాలేం అవసరం లేదు మా లెక్క ప్రకారం మూడు రాత్రులూ మూడు పవళ్ళూ ఈ గుండుకాడనే యువరాజులవారుంటే మంచిదని మా తాటాకులు కట్టలు మాకు సెప్తాండాయి' అని నమ్మబలికే తలికి, మారాజు పరిచ్ఛిత్తు సరే మూడ్రోజులే గదా ఆలోపు ఏదో ఒక సంగతి తేలక బోతుందానని యువరాజు దుర్జయుడికి ఆ వుద్దేనవనం లోనే వుండనీకి ఏర్పాట్లన్నీ సేసి మారాజు ఆయుప్ప పెంగలాము మారాణీ మరీచిక అంతఃపురం దావబడితే, మిగతావాల్లంతా ఏందో ఇంత పెండ్లి బువ్వన్నా గతుకుదామని వచ్చినోళ్ళంతా నోళ్ళల్లో త్యామారిపొయ్యి వుస్సురనుకుంటా రాజ్జెంలోకి ఎనిక్కి మల్లుకుండ్రంట? ఇంగ సేసేదేంల్యాక యువరాజు సందె పొద్దు మునుగుతాంటే ఆ వుద్దేనవనంలో తన కోసం

యేసిండే బట్టా బాతల తెరల కిందికి సేరుకొని వళ్ళేరకుక్కుండా నిద్రబాయినంట. ఇంగా పొద్దన్నా పొడసక ముందే ఎవరో అందమైన అమ్మాయి రాకుమారా రచ్ఛించు రచ్ఛించని గావుకేకలు బెడతాంటే రచ్ఛిద్దామని ముందుకురికిన దుర్జయుడికి వికటంగా నవ్వుకుంటూ ఎవడో రాచ్ఛసుడు అడ్డమొచ్చినంట...

'దుర్జయా న్యాస్తమా దుర్జయా యాలట్లా కలవరిత్తాండావు వార్నీ పొసలుగూలా ఇంకొంచెం వుండింటే నీ సురకత్తి నా గుండికాయిలోకి దింపిండే వాడివే స్యామే లెయ్ లెయ్ తెల్లార్తాండాది గానీ' అన్న అగమ్యం కూతలకి మెలకువొచ్చిన దుర్జయుడికి జరిగిండేదంతా కల అని అర్థం సేస్కోనీకి స్యానా సేపు పట్టినంట, కలలో కనిపించిన ఆ అమ్మాయి నిజంగానే మల్లీ కనపడిత్తే యెంత బాగుంటుంది అనుకుంటా వొళ్ళిరుసుకొని బట్టతెరలు దాటుకొని బయటకొస్తే, తాను ముచ్చటపడి ఎక్కడినుండో తెప్పిచ్చిండే అందమైన రాసగులాబీ పూల తోటలో స్యానా పూలు కనిపించక పొయ్యేతలికి, ఇంతమంది ఈడుంటే ఎవరుబ్బా అంత ధైర్నంగా పూలు కోసుకొని పొయ్యిండేది అని ఎందుకో గుండు దిక్కు సూసి మరింత ఆచ్చెర్యంతో నోరెళ్ళబెట్టినంట? కారణం ఆ గుండు మీదుండాల్సిన తాళిబొట్లు కనిపించకుండా పొయినాయంట.....!

ఆడుండే పనోల్లనందర్నీ ఆ మంగళ సూత్తరాలు యాడ పడి పొయిండాయో ల్యాకుంటే రేత్తి యా గుడ్లగోబో తీసక బొయిందో యెతకమని పురమాయిచ్చి, ఆ యిసయం మారాజుకి వర్తమానం పంపించి తానా దినం విదూషకుల్తోనూ విందు వినోదాల్తోనూ నృత్య గానాల్తోనూ ఆటపాటల్తోనూ కర్రా కత్తి సాముల్తోనూ ద్వంద యుద్దాలతోనూ విశ్రాంతిగా కాలం గడిపేసిన దుర్జయుడు కాపలా వాల్లందరినీ హెచ్చరించి పొయ్యి తనకోసం యేసిండే బట్ట తెరల గూట్లోకి గువ్వపిల్ల మాద్రి సేరుకొని ముడుక్కోని పనుకున్నెంట.

తిరగా ఆ రోజు తెల్లారేతప్పుడు గుడకా మల్లీ అట్లనే ఆ అందమైన రాకుమారి అదే బెమ్మ రాచ్ఛసుడు కనిపించే తలికి కిర్లకపొయ్యి లేసి కుసున్న యువరాజు బట్టతెరల గుడారం నుండి బయటికొచ్చి మల్లీ తన రాసపూల తోటలోని రాస గులాబీలు తగ్గినట్ల గమనించి, పైగా అక్కడెవరో బాగా

తొక్కలాడిన గుర్తులు కనిపడిత్తే ఆచ్చెర్యపొయ్యి పనోల్లనందర్నీ బిలిసి సిక్కబట్టా తిట్టిపారేసినంట. ఒగపక్క మంగళ సూత్తరాలు యేమైపొయిండాయో తెలీక మరో పక్క తనకెంతో ఇట్టమైన రాస గులాబీల్ని యెవరో పెదింత కాపలా వున్నా గుడకా దొంగలిత్తాన్నారంటే, అదీ యువరాజు సముచ్చుంలోనే జరిగిండాదని తెలిత్తే రాస నగరులో తన పరువు పోతాదని, ఎట్టాగైనా సరే ఈ రగస్యాన్ని సేదించల్లని మనసులో గట్టిగా అనుకొని, పనోల్లనీ కాపలా సైనికుల్నీ అంగ రచ్చకుల్నీ సివరాఖరికి తన న్యాస్తగాడు అగమ్యాన్ని గుడకా అందర్నీ అదే దిన్నుమ అంతఃపురం లోనికి తోలేసి? తానొక్కడే ఆ రాత్రంతా ఆడ కాపు కాసి ఎట్ల తిరిగి రాసపూల దొంగని పట్టుకోవల్లని, పగలంతా ఎట్టనో కాలం గడిపేసి రాత్రైతానే కండ్లలోకి వత్తులేసుకొని కాపలా కాయబట్నాడు...

పున్నమి యెల్లిపొయ్యి రెండ్రోజులైనా సందమామ పగలు మాద్రి యెన్నెల గురిపిత్తాంటే ఆ యెన్నెల్లో వుద్దేనవనంలో తిరుగుతాండే దుర్జయుడికి సరిగ్గా అర్ద రేత్తిరికి కిర్రు కిర్రుమని శబ్బుదం అదిగుడకా ఆ పెద్ద గుండు కాడి నుండి వత్తాంటే పిల్లి మాద్రి అడుగులో అడుగేసుకుంటా ఆటికి బొయిన దుర్జయుడికి కనిపడిత్తాండేది సూసి కలో నిజమో అరథం కాక స్యానా సేపు అట్నే నిలబడిపొయ్యి తేరుకొని, ఆ గుండుకున్న రగస్యం వాకిలి నుండి ఇంగో సందమామ బయటికొచ్చిండాదా అన్నట్టు తనకు కలలో కనపడిచ్చిండే అందాల బంగారు బొమ్మ, తన కోడలి కోసం మారాజు పరిచ్చిత్తు చేయించిన మంగళ సూత్రాల దండ మెల్లో యేసుకొని అడుగులో అడుగేసుకొని వత్తాంటే తటుక్కున ఆ పిల్ల సెయ్యందుకున్న దుర్జయుడు 'ఇంగెక్కడ బోతావు నా సేతిలో సిక్కావు సిన్నదానా ఆ దేవుడు నాకోసం పంపించిండే నా పెంగలామింగ నువ్వే తటాల్న సర్దుకో మన అంతఃపురానికి పొదామని' ఆపకుండా సెప్తాంటే ఆ పిల్ల తత్తరపడి సెయ్యి యిడిపిచ్చుకొని గుండులోకి పారిపోతాంటే దుర్జయుడు గుడకా ఆ పిల్లతో పాటూ లోనికి బోతానే ఆ పిల్ల గుండుకుండే వాకిలి మూసేసి, 'ఓ అందగాడా నువ్వు సెప్పేదేందో రవ్వంత గుడకా నాకర్థం కాలేదు, నా పేరు అపురూప, మొన్నటిరోజు బయటున్న రాసగులాబీల పూలు కోద్దామని బయటకొత్తాంటే యాడ్నించో వచ్చి ఈ బంగారు దండ నా మెడలో

పడితే బాగుండాదని నేనీటిని అట్నే పెట్టుకున్యాన్ను అంతే' అని సెప్పేతలికి, యువరాజు దుర్జయుడు అపురూపకి తన గురించి తన రాజ్జెం గురించి సెప్పి తన స్వయంవరం గురించి గుడకా సెప్పి మనిద్దర్నీ ఆ దేవుడే కలిపిండాడని నువ్వెవరు ఎందుకీ గుండులో వున్నావు అని అడిగే తలికి, అపురూప తన కతంతా పూస గుచ్చినట్ల సెప్పేతలికి యువరాజు దుర్జయుడు 'నువ్వింగ ఆ రాచ్చసుని గురించి అట్నే పేద్దగా భయపడద్దని కాకపోతే నీ ఇష్ట ప్రకారమే భయం పూరితిగా తగ్గే వరకూ ఈ గుండు మాడీలోనే వుండు' అని వూరించి వుబ్బించి పొగిడి తియ్యని కబుర్లు సెప్పి అపురూపతో కల్సి ఆ రేత్తిరికి స్వర్గపు అంచుల్ని సేరుకున్యాడు...

* * * *

పరీచ్ఛిత్తు మారాజు రాణీ మరీచికకు పాపం యాడలేని దిగులు పట్టుకుండాది, బాపనైవార్లు అందర్నీ పిలనంపిచ్చి సమాలోచన పెట్టినాడు. 'సూడండి సాములూ మీ మాట్లని నేను మా పిల్లోనికి స్వయంవరం పెడితే ఆ తాళిభొట్లు పొయ్యి పెద్దగుండు మీద పడితే అవి మర్సటి దినమే మాయమైతే, మావోడిప్పుడు ఆ గుండే నా పెంగలామని దినామూ నెల్లాల్లుగా రేత్రిరు పూట్ల ఆ గుండు కాడ్నే సంసారం సేస్కుంటా పొర్లాడ్తాన్నాడు. వానికి పిచ్చా ల్యాకపోతే యేండ్దైనా గాలి చేష్టనా ఈసారైనా సరిగా సెప్పి తగలడండి' అని మాసెడ్డ కోప్మ సేసుకుంటాంటే ఇంతలోనే అక్కడికి కుశ్యాలుగా సేరుకున్న యువరాజు దుర్జయుడు 'మారాజా మీకో తీపి కబురు సెప్తాండా ఇనుకోండి మీరిద్దరూ తొందర్లోనే అవ్వా తాతా కాబోతాండారు, మీ కోడలు నెల తప్పిండాది మీ కోడలకి యేవిటివన్నా తినసీకిన్ని మంచి మంచి వంటకాలు సేపిచ్చుండి' అనేసి యెల్లిపోతానే, మారాజు తలకాయి పట్టుకొని 'సూడండి సాములూ ఇదీ వరసా, గుండుతో కాపురమే అనుకుంటే ఆ గుండుకు మల్లా కడుపంట, ఆ పెద్దగుండుకు తొందర్లోనే మరో సిన్న గుండంట ఇప్పుడు సెప్పండి మిమ్మల్నేం జెయ్యల్లనో' అనేతలికి, బాపనైవార్లంతా గడగడా వణుక్కుంటా మారాజా ఎట్టసూసినా అన్ని శుభ లచ్చణాలే కనపడిత్తాండాయి, ఒక్క పది మాసాలు గనుక తమరోపిక పట్టారంటే యువరాజు వారికి పీరలచ్ఛిమితో పాటూ విజయ మరియు రాజ్జెలచ్చిమి కూడా సంప్రాప్తించే

సూచనలు మిక్కుటంగా కనిపడిత్తాండాయి, మేం సెప్పినట్ల జరక్కపోతే అప్పుడు మా తలకాయిల్ని మేమే కోట గుమ్మాల్కి యాలాడేసుకుంటాం' అనేతలికి యేమీ పాలుపోక ఆయప్ప వూర్కే వుండిపాయినంట...

సూస్తాన్నట్లే కాలం గిర్రున తిరిగిపాయినంట, ఓ మంచిరోజు సూస్కోని ఆకాశమంత యెత్తులో వుద్దేనవనం లోని పెద్దగుండు దగ్గర యువరాజు దుర్జయుడు ఆర్భాటాలతో తన కొడుక్కి పేరు పెడతాన్నానని సెప్పేతలికి! పోలోమంటూ రాజ్జెంలో వుండే జనాలంతా ఎగేసుకొని పొయ్యి పెద్దగుండు కాడ తొక్కలాడుకుంటా యేం జరగబోతుందా అని సూడబట్రంట? ఆ కార్యానికి వచ్చిండే నిర్వర్తన మారాజు వర్దనసేనుడు అతని పెంగలాము రాణీ రత్నప్రభ మమ్మల్నెందుకు పిలిసినాడబ్బా ఈ గుండును పెండ్లి సేస్కోండే తిక్కగుండోడు అనుకుంటా కుసున్నారంట.

బాపనైవార్లు పెద్ద పొయ్యేలిగిచ్చి దాంట్లోకి యేంటేంటివో అర్సుకుంటా నెయ్యి పోస్తా, 'నాయనా దుర్జయా పెద్దగుండుకు పుట్టిండే సిన్నగుండును సూపిత్తే పేరు పెట్టేసి మాకేంటివన్నా ఇచ్చినా ఈకపోయినా మల్లీ ఈ తావలకి రాకుండా పారిపోతాం నాయినా' అని బొగులుతాంటే, దుర్జయుడు భొలే కుశాలుగా నగునగుకుంటా పొయ్యి పెద్దగుండును తట్టే సరికి, కిర్రుమంటూ గుండుకున్న తలుపు తెర్సుకొని అపురూప ముద్దులు మూటగట్టే ఓ సన్నపిల్లోన్ని యెత్తుకొని పాల సముద్రంలో లచ్చిమిదేవి మాదిరి బయటికొచ్చి పొయ్యి వాల్ల ఆమ్మానాయిన్ని కావిలించుకొనే సరికి వాల్లకు ఆ వచ్చింది తమ కూతురేనని అర్థమైపొయ్యిడిసి ఆనందపట్న్యాక కన్నీరు మున్నీరైపాయిరంట. దుర్జయుడి అమ్మానాయిన గుడకా కోడల్ని మనవడ్ని సూస్కోని ఆనందం పట్న్యాక పాయిరంట...

ఇంతలో పెద్ద పెద్ద పెడబొబ్బలు పెట్టుకుంటా దుర్దిన రాఛ్చసుడు యెన్నాల్ల నుండి యెదకలాడ్తాన్నాడో గానీ వాసన పట్టుకొని ఆటికొచ్చిడిసి వికటంగా హాహాకారాలు సెయ్యబట్నంట. ఇది ముందే వూగించిన దుర్జయుడు 'హార్యా రాఛ్చసుడా ఈ దినం నీకు స్యానా దుర్దినమేరోయ్ అందుకే నువ్వు నాపాలికి జిక్కిండావు' అని యిజృభించి యీరోచితంగా పోరు మొదలు బెడితే ఆ దెబ్బలకు తట్కోల్యాక దుర్దినుడు మల్లీ తన రాఛ్చసం మాయలను

సూపిత్తాంటే, అన్నేండ్లు ఆడ్నే పెరిగిండే అపురూప తాను గుడకా దొంగగా నేర్సుకొనిండే రాఛ్ఛసం మాయలతో వాని మాయా మంతరాలు కట్టిచ్చేతలికి, వాడింక సేసేదేం ల్యాక యువరాజు దుర్జయుడితో భీకరంగా ద్వంద యుద్ధం సేసి కడాకి వానికా దినమే దుర్దినమయ్యి ఆయువు మూడి పెడబొబ్బలు పెట్టుకుంటా సచ్చిపాయినంట. ఇంగేముండాది దుర్జయుడు అమరాపురికి నిర్వర్తన రాజ్జేలకి రాజై ప్రజలందర్నీ కన్నబిడ్డ విముక్తుడి మాద్రే సూసుకుంటా వుండెనంట అని సెప్పేత్తే అక్కడికి ఐపోతుందని అనుకోద్దండి...

రాతిగుండ్లో రాజు కొడుక్కి పెండ్లాము ఐపాయిండాదంతే సింత సెట్లో మంత్రి కొడుక్కి దెయ్యమింగా వుండాదప్పో...

ఆ యేముంది దుర్జయుడు వైభోగం సూసి కన్ను కుట్టిన మంతిరి కొడుకు అగమ్యం బీరాలు పొయ్యి తన మందనంతా యెనకంటేస్కొని రాజ్జేనికి దఛ్ఛినంగా ఒలుకులు తావుండే ఓ సింత సెట్టుకో తాళిబొట్టు కట్టిడిసి యిదే నా పెంగలామని సెట్టేక్కి కర్సుకొని పనుకున్నెంట!? అర్ధరేత్తిరి ఆ సెట్టులో సిటారు కొమ్మలకు యాలాడ్తా వుండే పెళ్ళి కాకుండా సచ్చిపాయిన ఓ మోగినీ పిశాచీ మొగుడా మొగుడా అని నగునగుకుంటా యెనకపాట్న గభేళుమని దబ్బల కర్సుకుంటే, ఆడుండే జనాలంతా తిక్కతేవులు పెట్టుకున్నోల్ల మాదిరి దిక్కులకొకరు పుట్టాగుట్టల్లో పడతా లేస్తా పరగారిపోతే, అంత అందమైన పెంగలాముతో కాపురం సెయ్యకుండా అగమ్యం ఎవరెవరి ఇండ్ల కాడో దొంగ మొగమోడి మాద్దిరి దాపెట్టుకొని తిరగలాడతాన్నాడంట. మాయప్పా మాస్యామే ఆ అగమ్యం మీ ఇండ్ల కాడికి గినకా తలదాసుకునేకి గినకా వచ్చింటే గిచ్చింటే తొందరగా మా మోగినీ పిశాచికీ సెప్పి వాల్ల కాపురం నిలబెట్టి పున్నెం కట్టుకోండప్పా మాన్నబావుల్లారా మీకు కోట్ల కోట్ల దండాలు సాములూ...

రచానా కాలం డిశెంబర్ 2019

నిన్న చచ్చిన కుందేలు నేడు కూరాయ దాన్ని! చంపిన మొనగాడు చచ్చి మూన్నెల్ల పొద్దాయ?

అబ్బే మరేం లేదప్పో ఎనకటికో ముసలోడు తనింటి పెరట్లో గుమ్మడి పాదేసి కాలం తీరిపాయెనంట! ఆ గుమ్మడి తీగ బాగా పెరిగి ఆ ముసలోడి ఇంటి కొట్టంపైకి పాకిన్నెంట? ఓ రెన్నెల్లు గడిచాకా ఆ పాదు గుమ్మడి కాయలు విరగ కాసిందట!

ఆ ముసలోడి సంతు దొరికిన కాడికి అయిన పొయిన కాయిలు వాల్లు తినగా మిగిలినివి వాల్లకూ ఈల్లకూ పంచిరంట? ఒక పెద్ద గుమ్మిడి కాయి కొనా కొట్టం మీదుండి పోతే దాన్ని తీయడానికి స్యాతకాక అట్లే వదిలి పెట్టింద్రంట!

ఒగదినం యేమయ్యిండాదంటే ఓ పెద్ద బాగా బలిసిన కుందేలు ఆ గుమ్మడి పాదులో సిక్కుకుబొయ్యి గుంజులాడుకుంటా పాదు మొత్తం డొంక పీకితే తీగలన్నీ కదిలినట్టు కలబెడుతాంటే? ఆ కొనా కొట్టం మీదున్న గుమ్మడి కాయి ఆ అదటుకు పొర్లుకుంటా వచ్చి కుందేలు మింద అంతెత్తు నుండి పడతానే అది చచ్చూరుకున్నెంట!

దాన్ని వండుకు తిన్న ఆ ముసలోడి సంతులో ఒకరు పొడుపు కతలు సెప్పినట్లుగా నిన్న చచ్చిన కుందేలు నేడు కూరాయ! దాన్ని చంపిన మొనగాడు చచ్చి మూన్నెల్ల పొద్దాయ? అని ఎవరన్నా ఇప్పమని పొడిసినంట అంతేనప్పో...

నిజానికి మా నాయిన్నాకు సెప్పిన కతల్లో ఇట్టాంటివి నూరారు వున్నప్పిటికీ? అవన్నీ గుడకా కేవలం ఆ కాలానికి తగ్గట్టుగా పూర్తిగా మను వాదంతో నిండిండేటివేనప్పో!

అట్లై అవి రాయల్లంటేనే నాకు భోలే యాసిరికి వొత్తాండాది, ఐనా ఆ మనువాదం కతల్తో ప్రస్తుత సమాజానికి గోరంతో పిసరంతో గుడకా ప్రయోజనం లేనప్పుడు అసలు రాసేదెందుకని నా మనసుకు అనిపిచ్చి ఇంతటితో మా నాయిన్నకు సెప్పిన కతల్నింగ ముగిస్తాన్నానప్పో...

సిదిగిన మాన్నబావులు అందర్కీ మనస్కారాలు, సిదిగి మెచ్చి మేకతోళ్ళు కప్పినోళ్ళందర్కీ వేవేల దండాలు, సిదిగి ఆలోసించి తప్పొప్పులు సెప్పినోళ్ళందర్కీ కోటానుకోట్ల అశేరా ప్రణామాలప్పో...